બાળ વાર્તા

વિવેક કુમાર પાંડે શંભુનાથ

ISBN 979-888591313-3

મારું નામ વિવેક કુમાર પાંડે છે અને હું એક લેખક છું, હું સુરત, ગુજરાત માં રહું છું. મારો જન્મ 30 સપ્ટેમ્બર 2002 ના રોજ થયો હતો, અને હું બાળપણથી એક્ટર બનવાનું સપનું જોતો હતો અને હજુ પણ કરું છું.. હું ક્યારેય વિચારતો નથી કે લોકો શું કરી રહ્યા છે, મને લાગે છે કે હું જે કરી રહ્યો છું, આજે હું સફળ છું, તેથી જો તે આજે તેના પિતાના કારણે જીવ્યો હોત તો તે ખૂબ જ ખુશ હોત, તે હંમેશા અને હંમેશા મારી સાથે રહેશે.

સામગ્રી

સામગ્રી

પ્રસ્તાવના

આ કિતાબ માં 30+ થી વધારે બાળ વાર્તાઓ છે. આ પુસ્તક લખતી વખતે કોઈ ધર્મ અને કોઈ વ્યક્તિને નુકસાન થયું નથી અને આ પુસ્તક શ્રી વિવેક કુમાર પાંડે શંભુનાથજી દ્વારા લખવામાં આવ્યું છે. 12 વર્ષની ઉંમરે, તેણે 250 થી વધુ પુસ્તકો લખીને ઇતિહાસ રચ્યો. તેમને યંગેસ્ટ રાઈટરનો એવોર્ડ પણ એનાયત કરવામાં આવ્યો હતો.

1
ઉંદર અને સિંહ

* ૧. ઉંદર અને સિંહ

એક જંગલમાં સિંહ રહેતો હતો.

ઉનાળાના દિવસો હતા. આકરો તાપ હતો. સિંહ ગરમીથી અકળાઈ ગયો હતો. તે ઝાડના છાંયે બેસી ઊંઘતો હતો. એવામાં એક ઉંદર ત્યાં આવી ચડ્યો. સિંહને ઊંઘતો જોઈ તે તેના શરીર પર દોડાદોડી કરવા લાગ્યો. તેના શરીર પર તે રમવા લાગ્યો. ઉંદર સિંહની કેશવાળી પકડી ઝૂલા ખાતો હતો. ત્યાં તેની પૂંછડી સિંહના નાકમાં ભરાઈ. તેથી સિંહની ઊંઘ ઊડી ગઈ. તેણે 'હાક.. છી !' કરી છીંક ખાતાં ખાતાં એક ઉંદરને ભાગતો જોયો. તેણે નાસતા ઉંદરની પૂંછડી પોતાના પંજાથી દબાવી દીધી.

ઉંદર ખૂબ ડરી ગયો. તે કરગરીને બોલ્યો - સિંહદાદા આપ જંગલના રાજા છો. મારો એક ગુનો માફ કરી મને છોડી દો. જરૂર પડશે ત્યારે હું એનો બદલો વાળી આપીશ !

સિંહ એ સાંભળી હસી પડ્યો અને બોલ્યો - ઉંદરડા ! નાનકડા જીવડા જેવો તું વળી મને શી મદદ કરવાનો ?

ઉંદરે હાથ જોડી ફરી વિનંતી કરી - સિંહદાદા, એક વખત મને જીવતદાન આપો. તમારો ઉપકાર જિંદગીભર યાદ રાખીશ. આટલું બોલતાં ઉંદરની આંખમાં આંસુ આવી ગયાં. નાનકડા ઉંદરને રડતો જોઈ સિંહને તેની દયા આવી. તેણે ઉંદરને જવા દીધો.

થોડાક દિવસો પછી સિંહને પકડવા શિકારીઓ જંગલમાં ઘૂસી ગયા. તેણે સિંહને પકડવા જાળ પાથરી. પછી જાળને સૂકા પાંદડાંથી ઢાંકી દીધી. સિંહ ત્યાંથી ચાલવા ગયો. પણ તે શિકારીઓએ પાથરેલી જાળમાં ફસાઈ ગયો. શિકારીઓએ તેને જાળમાં બરાબરનો બાંધીને ઝાડની ડાળીએ લટકાવી દીધો. પછી તેઓ તે સિંહને લઈ જવા માટે એક મોટું પાંજરું લેવા ગયા. સિંહે જાળમાંથી છૂટવાં ઘણાં ફાંફાં માર્યાં પણ કંઈ વળ્યું નહિ ! થાકીને સિંહે ગર્જના કરવા માંડી.

નાનકડા ઉંદરે સિંહની આ ગર્જનાઓ સાંભળી. તે સિંહનો અવાજ ઓળખી ગયો. તરત જ તે સિંહ પાસે દોડી આવ્યો. આવીને જૂએ તો સિંહદાદા ઝાડ ઉપર જાળમાં બંધાયેલા હતા.

ઉંદર બોલ્યો - સિંહદાદા, ધીરજ રાખજો. શિકારીઓ તમને લેવા આવે તે પહેલાં જ હું જાળ કાપી નાખીશ ને તમને બંધનમાંથી છોડાવી દઈશ ! એમ કહી ઉંદર ઝાડ પર સડસડાટ ચડી ગયો. પોતાના તીણા દાંતથી જાળ કાપવા માંડી. કટ ... કટ ... કટ...જોતજોતામાં તીણા દાંત વડે આખી જાળ કોતરી કાઢી.

જાળ કપાતાં સિંહ ભફાંગ અવાજ સાથે જમીન પર પડ્યો. છુટકારાનો દમ લેતાં તે બોલ્યો - મિત્ર, તારો ખૂબ આભાર. મોટાઈમાં ફુલાઈને તને નાનો જાણી તારી ખોટી અવગણના કરી પણ હવે મને તેનો પસ્તાવો થાય છે. સિંહની વાત સાંભળી ઉંદરને સંતોષ થયો કે ભલે પોતે નાનો રહ્યો પણ પોતાના પર થયેલા ઉપકારનો બદલો તે બરાબર વાળી શક્યો હતો.

2
રીંછે કાનમાં શું કહ્યું ?

• ૨. રીંછે કાનમાં શું કહ્યું ?

એક હતો ગોપાલ અને એક હતો મોહન.

મોહન બહુ ભોળો અને ગોપાલ ભારે ચબરાક. બન્ને નિશાળમાં સાથે ભણે. બન્ને ભાઈબંધ હતા. નિશાળમાં રજાના દિવસે બન્ને નજીકના જંગલમાં ફરવા ગયા. મોહનને જંગલમાં ડર લાગવા લાગ્યો.

મોહન કહે - ગોપાલ, મને તો બીક લાગે છે. કોઈ જંગલી જાનવર આપણને ફાડી ખાશે તો ?

ગોપાલ કહે - તું તો સાવ ડરપોક છે. તારી સાથે હું છું તેથી તારે ડરવાની જરા પણ જરૂર નથી.

મોહન ફરી બોલ્યો - પણ ગોપાલ, આપણી પાસે જંગલી જાનવરનો સામનો કરવા કોઈ હથિયાર પણ નથી તેનું શું ?

ગોપાલ કહે - હથિયારની શું જરૂર છે ? આપણે બન્ને મોટા અવાજ કરી એને ભગાડી દેશું.

બન્ને મિત્રો આમ વાતો કરતા થોડું આગળ ચાલ્યા ત્યાં અચાનક ગોપાલે સામેથી એક રીંછ આવતું જોયું. ગોપાલનાં બધાં બણગાં હવામાં ઊડી ગયાં. તે તો રીંછને જોતાં જ પોતાના મિત્રની પરવા કર્યા વિના પોતાનો જીવ બચાવવા ભાગ્યો. ગોપાલ દોડીને પાસેના ઝાડ પર ચડી ગયો. મોહને રીંછને નજીક આવતું જોઈ બૂમ પાડી - મિત્ર, ગોપાલ ! મને બચાવ ! પણ ગોપાલ તો ઝાડની ઊંચી ડાળીએ પહોંચી પાંદડાંની ઘટામાં સંતાઈ ગયો.

મોહનને ઝાડ પર ચઢતાં આવડતું ન હતું. તેને થયું કે હવે કરવું શું ? પણ મોહનને એક ઉપાય મળી ગયો. તે પોતાનો શ્વાસ રોકી જમીન પર મડદાની જેમ સૂઈ ગયો. ના હાલે કે ના ચાલે. થોડી વારમાં રીંછ મોહનની નજીક આવ્યું. તેણે એના શરીરને સૂંઘી જોયું. રીંછને થયું કે આ તો મરેલો જ છે. એટલે તે ત્યાંથી આગળ જતું રહ્યું. ગોપાલે આ જોયું પણ એને

ખબર ન પડી કે રીંછ શું કરતું હતું.

રીંછના ગયા પછી ગોપાલ ઝાડ પરથી નીચે ઊતર્યો. એણે મોહનની મજાક કરતાં પૂછ્યું - અલ્યા મોહન ! શું રીંછ તારું સગું થતું હતું કે શું ? એણે તારા કાનમાં શું કહ્યું ?

મોહન કહે - રીંછ મને શિખામણ આપી કે મુસીબતમાં સાથ છોડી જાય તેનો કદી વિશ્વાસ ન કરવો.

મોહનનો આવો જવાબ સાંભળીને ગોપાલનું માથું શરમથી નીચું થઈ ગયું.

3
જેવા સાથે તેવા

• ૩. જેવા સાથે તેવા

એક બગલો નદી કિનારે રહેતો હતો.

એક દિવસ એક શિયાળ નદીમાં પાણી પીવા આવી ચડ્યું. શિયાળ અને બગલા વચ્ચે ઓળખાણ થઈ. વાતવાતમાં બંને પાકા ભાઈ બંધ થયાં. શિયાળ મીઠું મીઠું બોલે પણ એની દાનત હતી ખોરા ટોપરા જેવી. એક દિવસ શિયાળ કહે - બગલાભાઈ ! તમે મારા દોસ્ત થયા. તમને ખીર ભાવે છે ને ? કાલે હું ખીર બનાવી તમારા માટે લેતો આવીશ. તમે પેટ ભરી તે ખાજો. બગલાએ કહ્યું - સારું.

ચાલાક શિયાળ પહોળી તાસકમાં ખીર પીરસીને લઈ આવ્યું. શિયાળે બગલાને કાંઠે બોલાવ્યો. શિયાળ કહે - લો બગલાભાઈ, તમે નિરાંતે ખીર ખાઓ. હું તાસક પકડી રાખું છું ! . બગલો ખીર ખાવા ગયો પણ તાસક હતી છીછરી ને બગલાની સીધી અણીદાર ચાંચ એટલે એ ખીર ખાઈ શક્યો નહિ. એ જોઈ શિયાળ મનમાં ને મનમાં મલકાયું.

બગલો મનમાં સમસમી ગયો. એણે કહ્યું - વાહ, શિયાળભાઈ ! તમે મારા માટે કેટલી સરસ ખીર બનાવી છે ! એની સુંગધથી જ મારું પેટ ભરાઈ ગયું છે. હવે એમ કરો આવતી કાલે તમે મારે ત્યાં જમવા આવજો. હું તમારા માટે તમને ભાવતી બાસુંદી બનાવીને તૈયાર રાખીશ.

જમવાનું આમંત્રણ મળતાં શિયાળ રાજી રાજી થઈ ગયું અને પોતાના ભાગની તેમ જ બગલાના ભાગની ખીર સફાચટ કરી ગયું. બીજે દિવસે શિયાળ બગલાને ઘેર જમવા પહોંચી ગયું. બગલાએ સાંકડા મોં વાળા બે કૂંજામાં બાસુંદી ભરી તૈયાર રાખી હતી.

બગલો કહે - તમને બાસુંદી ભાવે છે. એટલે મેં બાસુંદી બનાવી છે. લો શિયાળભાઈ ખાવ. આમ કહી બગલાએ શિયાળ પાસે કૂંજો મૂકયો. બીજા કૂંજામાંથી બગલો બાસુંદી ખાવા માંડયો.

શિયાળ બાસુંદી ખાવા ગયું પરંતુ એનું મોં કૂંજામાં પેસી જ ન શક્યું. તે કૂંજો હાથમાં પકડી બગલાને બાસુંદી ખાતો જોઈ જ રહ્યું. બગલાની યુક્તિ શિયાળ સમજી ગયું. એ નરમ અવાજે બોલ્યું - બગલાભાઈ, તમારી બાસુંદીની સુવાસથી જ મારું પેટ ભરાઈ ગયું, હોં ! આમ કહી ઢીલા મોઢે એ જતું રહ્યું.

શિયાળને જતું જોઈ બગલો મનમાં કહે - જેવા સાથે તેવા થઈએ તો જ ગામ વચ્ચે રહેવાય, સમજ્યા !

4
વાંદરો અને મગર

• ૪. વાંદરો અને મગર

એક નદી કાંઠે જાંબુડાનું મોટું ઝાડ હતું.

જાંબુડાના ઝાડ પર દરરોજ એક વાંદરો જાંબુ ખાવા આવતો. નદીના ઊંડા પાણીમાં એક મોટો મગર રહેતો હતો. વાંદરા અને મગરની ભાઈબંધી થઈ. વાંદરો રોજ રોજ મગરને પાકાં જાંબુ ખવરાવે. મગર એક વાર થોડાં જાંબુ મગરી માટે લઈ ગયો. મગરીને જાંબુ બહુ ભાવ્યાં. મગરી જાંબુ ખાતાં ખાતાં મગરને કહે - રોજ આવાં મીઠાં જાંબુ ખાનારા વાંદરાનું કાળજું કેવું મીઠું હશે ! તમે એને લઈ આવો તો હું તેનું કાળજું ખાઉં !

મગર કહે - તે હવે મારો ભાઈબંધ થયો છે. ભાઈબંધ સાથે મારાથી દગો કેમ થાય ?

મગરીએ જીદ કરી કહ્યું - જો તમે કાળજું નહિ લાવી આપો તો હું મારો જીવ આપી દઈશ.

નછૂટકે મગર વાંદરાને મગરી પાસે લાવવા તૈયાર થયો. બીજે દિવસે મગર જાંબુના ઝાડ નીચે આવ્યો.

એણે મીઠાં જાંબુ ખાધાં પછી મગર બોલ્યો - વાંદરાભાઈ, મારી મગરી તમને ઘેર જમવા માટે બોલાવે છે. મારી પીઠ પર બેસી જાઓ અને મારા મહેમાન થાઓ. વાહ ! ચાલો, તમારો આટલો પ્રેમ છે તો...ના કેમ પડાય ! એમ કહેતો વાંદરો કૂદીને મગરની પીઠ પર બેસી ગયો.

મગર પાણીમાં આગળ સરકવા લાગ્યો. બંને વાતોએ વળગ્યા. અડધે રસ્તે જ ભોળા મગરે મગરીના મનની વાત વાંદરાને કરી દીધી. મગરની વાત સાંભળી વાંદરાના હોશ ઊડી ગયા. થોડી વારે સ્વસ્થ થતાં મગરીથી બચવાનો ઉપાય શોધી કાઢ્યો.

વાંદરો કહે - મગરભાઈ ! તમે પણ ખરાં છો ! તમારે આ વાત મને પહેલેથી જ કહેવી હતીને ! મારું કાળજું તો હું ઝાડ પર મૂકીને આવ્યો છું. ચાલો પાછા જઈ કાળજું લઈ આવીએ !

મગર વાંદરાની વાત સાચી માની પાછો કિનારા તરફ વળી ગયો. કિનારો આવતાં વાંદરો એક મોટો કૂદકો મારી ઝાડ પર પહોંચી ગયો. પછી કહે - મૂરખ મગર ! કાળજું તે કંઈ ઝાડ પર મુકાતું હશે ? તું તો દગાખોર છે ! ભાઈબંધને દગો દેવા તૈયાર થયો ? જા હવે કદી આ જાંબુડાના ઝાડ નીચે આવતો નહિ. એમ કહી વાંદરો ત્યાંથી બીજે જતો રહ્યો.

5
વહોરાવાળું નાડું

• ૫. વહોરાવાળું નાડું

એક નાનું સરખું ગામ હતું. તેમાં એક વહોરાજી રહે.

વહોરાજી દિલના બહુ સાફ અને નેક. બીજાને મદદ કરવા કાયમ તૈયાર હોય. ગામના લોકો પણ તેમને ઘણું માન આપે. પણ ઘણી વખત પોતાના ભોળા સ્વભાવના કારણે એ એવા છબરડા વાળી બેસે કે બધાં હસી હસીને થાકી જાય. પછી પોતાની ભૂલ સમજાય એટલે વહોરાજી પણ બધાંની સાથે પોતે પણ હસવા લાગે.

એક વખત એક પટેલ ખેતરેથી લીલું ઘાસ ગાડામાં ભરી ઘેર આવતા હતા. રસ્તામાં વહોરાજી મળ્યા.

પટેલ કહે - ચાચા, પગે ચાલતા શા માટે જાઓ છો ? ગાડા ઉપર બેસી જાઓ. પણ, રસ્તામાં ખાડા ટેકરા આવે છે. તેથી આંચકા લાગશે, તમે નાડું બરાબર પકડજો, નહિતર ક્યાંક નીચે જમીન પર ઉથલી પડશો.

વહોરાજી કહે - પટેલ, સારૂં થયું તમે કહ્યું. હું નાડું મજબૂત રીતે પકડી રાખીશ. છોડીશ જ નહી ! એમ કહીને વહોરાજીએ તો પોતાના સૂંથણાનું નાડું બરાબર પકડી રાખ્યું. બે હાથે નાડું પકડીને બેઠા.

ગાડું આગળ ચાલતાં રસ્તામાં એક મોટો ખાડો આવ્યો. ગાડું ઉછળ્યું ને વહોરાજી ગાડામાંથી ઉછળીને ખાડામાં પડ્યાં. વહોરાજીએ તો મોટેથી બૂમ પાડી - અરે પટેલ ! ગાડું ઊભું રાખો. હું પડી ગયો છું. પટેલ જૂએ તો વહોરાજી ખાડામાં પડેલા દેખાયા. પટેલે વહોરાજીને પૂછયું - કેમ કરતાં પડી ગયા ? તમે નાડું બરાબર પકડી નહોતું રાખ્યું ?

વહોરાજી જમીન પર પડ્યાં પડ્યાં સૂંથણાનું નાડું બતાવીને કહે - જુઓ તો ખરા, પડી ગયો તોય હજી મેં નાડું છોડ્યું નથી....

પટેલે ધ્યાનથી જોયું તો વહોરાજીએ બે હાથે સૂંથણાનું નાડું પકડી રાખ્યું હતું. પટેલ હસી પડ્યા ને બોલ્યા - અરે ચાચા ! તમે સૂંથણાનું નાડું પકડી બેઠા છો પછી પડી જ જવાય

ને ? મેં તો તમને આ ઘાસ જે દોરડાથી બાંધ્યું છે ઈ નાડું એટલે કે જાડું દોરડું પકડી રાખવા કહ્યું હતું. તમને ખબર પડી ન હતી તો બરાબર પૂછી લેવું હતું ને ? સૂંથણાનું નાડું તે કાંઈ પકડવાનું હોય ?

વહોરાજીને પણ પોતાની ભૂલ સમજાઈ અને હસતા હસતાં ફરી ખરું નાડું મજબૂત રીતે પકડીને ગાડામાં બેઠા.

6
સાબરનાં રૂપાળાં શીંગડાં

- ૬. સાબરનાં રૂપાળાં શીંગડાં

એક સાબર હતું. તેને સાબરના ટોળામાં ગમે નહિ.

કાયમ તે પોતાના સાથીદારોથી અલગ થઈ એકલું એકલું ફરે. એક દિવસ સાબર નદી કાંઠે ઉગેલું લીલું લીલું તાજું ઘાસ ચરતું હતું. ઘાસ ખાઈને સાબર પાણી પીવા નદી કિનારે ગયું. નદીનું પાણી કાચ જેવું ચોખ્ખું હતું. સાબરે પાણી પીવા જતાં પાણીમાં પોતાનું પ્રતિબિંબ જોયું. તેને થયું, વાહ ! કેવાં સુંદર મારાં શીંગડાં છે ! માથે જાણે મુગટ પહેર્યો હોય તેવાં શોભે છે ! પણ મારા આ પગ કેવા પાતળા ! મને એ બેડોળ કરી મૂકે છે, એનું જ મને દુઃખ છે.

પોતાના મોટા શીંગડાના અભિમાનથી તે પોતાના બીજાં સાથીઓથી જુદું પડી હંમેશ એકલું ફરતું. તેના સાથીઓનાં નાનાં શીંગડાં જોઈ તેની ઠેકડી ઉડાવતું. એક દિવસ તે ઘાસ ચરતું હતું. તે સમયે નજીકમાં જ ધ્રુજાવી દે એવી પરિચિત વાસ તેને આવી. તે કંઈ સમજે તે પહેલાં વાવાઝોડાં માફક ધસી આવતા બે ખૂંખાર ચિત્તા જોયા.

સાબર તો છલાંગ મારતું જાય નાઠું. બંને ચિત્તા તેનો પીછો કરતા તેની પાછળ પડ્યા. પોતાનો જીવ બચાવવા સાબર આગળ ને આગળ દોડ્યે જાય. ઝડપથી દોડવામાં એના પાતળા પગે એને ખૂબ મદદ કરી. તે ચિત્તાથી ઘણું આગળ નીકળી ગયું ને ગીચ જંગલમાં આવી પહોંચ્યું. ત્યાં અચાનક જાણે કોઈએ તેને પકડી દોડતું અટકાવ્યું હોય તેવું લાગ્યું.

સાબરે જોયું કે એનાં શીંગડાં એક ઝાડની ડાળીઓમાં ભરાઈ ગયાં છે. તેણે ડાળીઓમાંથી શીંગડાં કાઢવા ખૂબ મહેનત કરી પણ તેનાં વાંકાં ચૂકાં શીંગડાં એવા ભરાઈ ગયા કે તે નીકળ્યાં જ નહિ. સાબરને થયું, મારા આ દૂબળા પાતળા પગને મેં ખોટા વગોવ્યા ને ! તેણે તો મને ચિત્તાના પંજામાંથી બચાવ્યું. પણ મને જે શીંગડાંનું અભિમાન હતું. એ શીંગડાં જ મારાં શત્રુ બન્યાં. જે ચીજ આપણને મદદ કરે તેમ હોય તેનું રૂપ કે દેખાવ ન જોવો જોઈએ અને જે ચીજ આપણને મુસીબતમાં મૂકી દે તેમ હોય તે ગમે તેટલી

રૂપાળી હોય તો પણ તેનાથી ખૂબ સાવચેત રહેવું જોઈએ.

આમ બરાબર વિચાર કરતું હતું ત્યાં જ તેના સારા નસિબે શીંગડું તૂટી ગયું અને તે પોતાના પાતળા પગની મદદથી નાસીને પોતાનો જીવ બચાવવામાં સફળ બન્યું.

7
લાવરીની શિખામણ

• ૭. લાવરીની શિખામણ

એક લાવરી હતી.

તે ઘઉંના ખેતરમાં માળો બાંધીને પોતાનાં બચ્ચાં સાથે રહેતી હતી. બચ્ચાં હજુ નાનાં હતાં તેથી બચ્ચાને માળામાં મૂકીને ચણ ચણવા જતી. એક દિવસ લાવરીએ બચ્ચાંને કહ્યું, જુઓ, ખેતરનો માલિક જે કાંઈ બોલે તે ધ્યાનથી સાંભળજો અને સાંજે મને કહેજો. આમ કહી તે ચણવા ગઈ.

સાંજે લાવરી આવી ત્યારે બચ્ચાંએ માને કહ્યું, મા, ખેડૂત કહેતો હતો કે કાલે પડોશીઓ આવશે તો પાક લણી લઈશું. હવે આપણે બીજી સલામત જગ્યાએ જતાં રહીએ તો ?

લાવરી કહે, તમે ચિંતા છોડો. એ પડોશીઓ ઉપર આધાર રાખે છે એટલે મહિનાઓના મહિના નીકળી જશે. અને બીજે દિવસે ખેડૂતે ખેતરમાં આવ્યો પણ કોઈ પડોશીઓ આવ્યા ન હતા તેથી તે બોલ્યો, કાંઈ વાંધો નહિ, કાલે મારા સગાઓને પાક લણવા બોલાવી લઈશ. લાવરી ચણ ચણીને આવી ત્યારે બચ્ચાએ તેને ખેડૂતની વાત કરી.

લાવરીએ કહ્યું, ચિંતા છોડો. ખેડૂતે સગા પર આધાર રાખ્યો છે. એથી હજુ કેટલાંય દિવસ સુધી પાક લણાશે નહિ. આખરે લાવરી સાચી પડી. ખેડૂત રાહ જોતો રહ્યો ને પાક લણવા આવ્યો નહિ. થોડા દહાડા પછી બચ્ચાં કહે, મા, આજે તો ખેડૂત ગુસ્સામાં હતો. તેની ઘરવાળીને કહે, કોઈ ન આવ્યું તો આપણે બે જ કાલે પાક લણીશું.

લાવરી કહે, ખેડૂતે પારકી આશા છોડી એટલે જરૂર તે કાલે પાક લણશે. ચાલો આપણે આજે જ બીજી કોઈ સલામત જગ્યાએ જતાં રહીએ. આમ કહી લાવરી તેનાં બચ્ચાંને લઈ બીજે રહેવા જતી રહી.

8
ભેંશ ભાગોળે, છાશ છાગોળે

- ૮. ભેંશ ભાગોળે, છાશ છાગોળે

એક નાનું સરખું ગામ હતું. એક વાર પાદરે ભેંશો વેચાવા આવી.

ગામમાં એક પટેલ રહે. તેની પાસે કોઈ દૂઝાણું નહિ. એને થયું કે હું એક ભેંશ લઉં. જઈને પટલાણીને કહે - સાંભળ્યું કે ? આપણે એક ભેંશ લેવી છે. આંગણે ભેંશ હોય તો સારું. છોકરાં છૈયાંને દૂધ મળે; બાકી મેળવીએ એનું દહીં થાય, ઘી થાય; ને જે સરસ મજાની છાશ થાય તે આડોશી પાડોશીને અપાય.

પટલાણી કહે - એ બધું ઠીક પણ આવી જાડી રેડ જેવી છાશ મારે મારા પાડોશીને નથી આપવી. છાશ તો હું મારાં પિયરિયાંને જ આપીશ.

પટેલ કહે - તે એકલાં તારાં પિયરિયાં જ સગાં, ને મારાં સગાં તો કાંઈ નહિ, કાં ? એમ છાશ નહિ અપાય.

પટલાણી કહે - નહિ કેમ અપાય ? અપાશે ! ઘર તો મારું ય છે ને ? ને ભેંશ તો મારી યે તે, ને તમારી યે તે. બહુ બહુ તો દૂધ તમારાં સગાંને, પણ છાશ તો મારાં પિયરિયાંને !

પટેલ કહે - જોયો છે આ ડંગોરો !

પટલાણી કહે - તમારાં સગાંને આપો !

આમ કરતાં વાત વધી પડી ને પટેલ-પટલાણી લડી પડ્યાં !

એક તો બેઉ અજડ – ને એમાં વઢવાડ થઈ. પછી જોઈ લ્યો ! પરોણી લઈને પટેલે પટલાણીને સબોડી નાખ્યાં ! ઘરમાં હો-હો થઈ રહ્યું. આડોશી પાડોશી દોડી આવ્યાં.

બધાં પૂછે - છે શું, પટેલ ? આ શું માંડ્યું છે ?

પટલાણી ફરિયાદ કરતાં કહે - જુઓ તો બાપુ, આ વાંસામાં સોળ ઊઠ્યા છે તે ! પટેલનો કાંઈ હાથ છે. મને ઢીબી નાખી !

પટેલ કહે - તે કો'કની જીભ ચાલે, ને કો'કનો હાથ ચાલે !

પાડોશી પૂછે - પણ છે શું ? કજિયો શાનો છે ?

પટલાણી કહે - અમારો કજિયો તો છાશનો છે. પટેલ કે'છે કે, છાશ તારાં પિયરિયાંને નહિ ! તે નહિ શું કામ ? દૂધ ભલેને એનાં સગાં ખાય; મારાં પિયરિયાં સુધી છાશે નહિ ? એ મારે નહિ ચાલે !

ત્યાં તો પાછા પટેલ ખિજાયા ને પરોણી લઈને દોડ્યા. પાડોશમાં એક ઠાવકો વાણિયો હતો. તેણે વિચાર્યું : અરે, ભેંશ તો હજી ભાગોળે છે, છાશ છાગોળે આવી નથી ને આ ધમાધમ શાની ?

વાણિયો હતો યુક્તિવાળો. જઈને કહે - પટેલ, પટેલ ! વઢવાડ તમે પછી કરજો. પહેલાં મારું નૂકશાન ભરપાઈ કરો. આ તમારી ભેંશે શિંગડું મારીને અમારી વંડી પાડી નાખી – તે ચણાવી આપો ! આમ તમારાં ઢોર રઝળતાં મૂકી દેતાં શરમાતા નથી ?

પટેલ કહે - અરે પણ ! મારી પાસે ભેંશ વળી ક્યારે હતી તે તમારી વંડી પાડી નાખે ?

વાણિયો કહે - ત્યારે તમે કઈ ભેંશની છાશ સારું લડો છો ?

પટેલ-પટલાણી શરમાઈ ગયાં ને છાનાંમાનાં પોતાના કામે લાગી ગયાં.

9
બાપા-કાગડો !

• ૯. બાપા-કાગડો !

એક હતો વાણિયો. વાણિયાને છ-સાત વરસનો એક છોકરો.

છોકરો બહુ કાલો ને પડપૂછિયો હતો. રોજ તે બાપની સાથે દુકાને જાય અને બાપને કાંઈનું કાંઈ પૂછ્યા જ કરે. વાણિયો એટલો બધો શાંત હતો કે દીકરાને રાજી કરવા માટે જે પૂછે તેનો જવાબ આપ્યા કરે. કોઈ દિવસ ઘેલિયાને નાખુશ કરે નહિ. કોઈ દિવસ પોતે ખિજાઈ ન જાય. હંમેશાં ઘેલિયાભાઈ કહે તેમ કરે.

એક દિવસ ઘેલિયો બાપની સાથે દુકાને આવ્યો અને લાડથી બાપનો ખોળો ખૂંદવા લાગ્યો ને જે તે પૂછવા લાગ્યો. એટલામાં, દુકાનની સામે એક ઝાડ હતું. તેના પર એક કાગડો આવીને બેઠો ને 'કો-કો' કરવા લાગ્યો. ઘેલિયાએ કાગડાને જોયો, એટલે તેની તરફ આંગળી કરીને બાપને કહ્યું : 'બાપા-કાગડો !' બાપા કહે : 'હા, ભાઈ ! કાગડો.'

ફરી વાર છોકરે બાપનો હાથ પકડી કહ્યું : 'બાપા-કાગડો !' બાપાએ એટલી જ ધીરજથી કહ્યું : 'હા, ભાઈ ! કાગડો'. જવાબ આપીને બાપ દુકાનના કામમાં જરા રોકાયો, એટલે વળી છોકરે બાપનો ગોઠણ હલાવી કહ્યું : 'જુઓ તો બાપા-કાગડો !'

બાપે ધંધામાંથી ધ્યાન કાઢી ઘણી શાંતિથી કહ્યું : 'હા, બેટા ! કાગડો.'

છોકરાને આટલાથી સંતોષ થયો નહિ. બાપ પાછો પોતાના કામમાં રોકાયો, ત્યાં તેની પાઘડી ખેંચી વળી બોલ્યો : 'બાપા-કાગડો !'

બાપે જરા પણ ચિડાયા વિના કહ્યું : 'હા, ભાઈ ! કાગડો – હં.' છોકરો તો વેને ચડ્યો ને વળી બોલ્યો : 'જુઓ તો ખરા ! બાપા-કાગડો !'

બાપે ચોપડો લખતાં લખતાં છોકરા સામે જોઈને વળી કહ્યું : 'હા હોં, બેટા ! કાગડો. એ કાગડો છે હં.'

થોડી વાર સુધી છોકરો કાગડા સામે જોઈ રહ્યો, અને વળી ધૂરી આવી હોય તેમ બાપનો ખભો જોરથી હલાવીને બોલ્યો : 'બાપા-કાગડો !'

બાપે જરા પણ ગુસ્સે થયા વિના કહ્યું : 'હા, ભાઈ ! કાગડો.' આ રીતે છોકરો તો વારેવારે બાપને 'બાપા-કાગડો !' 'બાપા-કાગડો !' એમ ચીંધતો ગયો, ને બાપ 'હા, ભાઈ, કાગડો' 'હા, ભાઈ, કાગડો !' એમ બોલતો જ રહ્યો. છેવટે છોકરો થાક્યો અને 'બાપા-કાગડો' બોલતો બંધ પડ્યો.

બાપ વાણિયો હતો, શાણો હતો. છોકરો જેમ જેમ 'બાપા-કાગડો !' 'બાપા-કાગડો' બોલતો ગયો તેમ તેમ તે પોતાના ચોપડામાં 'બાપા-કાગડો !' 'હા, ભાઈ ! કાગડો' એ પ્રમાણે લખતો ગયો. છોકરો થાકી ગયો ત્યારે બાપે ગણી જોયું તો બરાબર એકસો વાર 'બાપા-કાગડો' 'હા, ભાઈ ! કાગડો' લખાયેલું હતું. ભવિષ્યમાં કોઈ દિવસ આ ચોપડો કામ આવશે, એમ ધારી ડાહ્યા વાણિયાએ ચોપડાને સાચવીને જૂનાં દફતરોમાં મુકાવ્યો.

આ વાતને ઘણાં વર્ષો વીતી ગયાં. વાણિયો છેક ઘરડો થઈ ગયો હતો; ને પેલો ઘેલિયો ત્રીશ વર્ષનો જુવાન થઈ ગયો હતો. ઘેલિયો તો હવે મોટો શેઠ બની રહ્યો હતો અને વેપાર ધમધોકાર ચાલતો હતો. 'ઘેલિયો' સઘળે 'ઘેલાશા' 'ઘેલાશા' થઈ પડ્યો હતો ને તેનું બધેય બહુ માન હતું. પરંતુ ઘરડો વાણિયો દુ:ખી હતો.

ઘેલાશા તેને બહુ દુ:ખ આપતો હતો. બાપ બહુ કંટાળ્યો, એટલે ઘેલિયાને કેવા લાડથી ઉછેર્યો હતો એ તેને યાદ આપવાનો તેણે વિચાર કર્યો. એક દિવસ ઘરડો વાણિયો લાકડીને ટેકે ટેકે દુકાને ગયો અને ઘેલાશાની ગાદીએ ચડીને બેઠો. બાપને જોઈને દીકરો ચિડાયો ને મનમાં બબડ્યો : 'આ ડોસો વળી અહીં ક્યાં આવ્યો ? નકામો ટકટકાટ કરશે અને મારો જીવ ખાશે !'

થોડી વારમાં ડોસાએ એક કાગડો જોઈ ટાઢે પેટે કહ્યું : 'ભાઈ-કાગડો !'

ઘેલાશા તો ડોસાના પ્રશ્નથી જ વિચારમાં પડ્યા અને ચિડાઈને બોલ્યા : 'હા, બાપા ! કાગડો.'

ડોસાએ વળી કહ્યું : 'ભાઈ-કાગડો'

ઘેલાશાએ જરા વધારે ચિડાઈને અને કાંઈક તિરસ્કારથી જવાબ વાળ્યો : 'હા, બાપા ! કાગડો.'

ડોસાએ જાણ્યું કે દીકરો ચિડાય છે. પરંતુ તે દીકરાની આંખ ઉઘાડવા જ આવ્યો હતો, તેથી પૂરેપૂરી શાંતિ રાખી ફરી બોલ્યો : 'ભાઈ-કાગડો !'

ભાઈ તો હવે ભભૂકી ઊઠયા : 'હા, બાપા ! કાગડો. હા, એ કાગડો છે. એમાં વારે વારે 'ભાઈ-કાગડો !' 'ભાઈ-કાગડો !' એમ શું બોલ્યા કરો છો ? મને મારું કામ કરવા દો ને !' કહીને ઘેલાશા આડું મોં કરીને પોતાને કામે લાગ્યા.

ઘરડો વાણિયો કંઈ કાચો ન હતો. તેણે ઘેલાશાનો હાથ પકડી, કાગડા તરફ આંગળી કરી ઠંડે પેટે કહ્યું : 'ભાઈ-કાગડો !' હવે ઘેલાશાનો મિજાજ ગયો. તેણે વિચાર્યું : 'આ ડોસો જો ને નકામો 'ભાઈ-કાગડો' લવ્યા કરે છે ! નથી કાંઈ કામ કે કાજ. નવરો પડ્યો એટલે નકામો લવારો !'

તેણે ડોસા સામે જોઈ કહ્યું : 'બાપા ! ઘેર જાઓ. અહીં તમારું શું કામ છે ? દુકાને કામકાજમાં નાહક શા માટે ડબડબ કરો છો ?' શાંતિથી જરા હસી, કાગડા સામી આંગળી

કરી, ડોસો બોલ્યો : 'પણ, ભાઈ-કાગડો !'

'હા, બાપા ! કાગડો-કાગડો-કાગડો ! હવે તે કેટલી વાર કાગડો ? કાગડામાં તે શું છે તે 'કાગડો' 'કાગડો' કરો છો ?' ડોસો ફરી વાર આંગળી કરી 'ભાઈ-કાગડો !' એમ બોલે તે પહેલાં ઘેલાશાએ વાણોતરને કાગડો ઉડાડી મૂકવાનું કહ્યું. કાગડાને ઉડાડી મુકાવ્યો. પછી લખતો લખતો, પોતાના મનમાં બળતો મોટેથી બબડ્યો : 'ખરેખર, સાઠે બુદ્ધિ નાઠી તે બરાબર સાચું છે. આ ડોસાની બુદ્ધિ હવે છેક ગઈ છે.'

ડોસાની આંખે આંસુ આવ્યાં. તેણે જૂના વાણોતરને બોલાવીને પેલો જૂનો ચોપડો કઢાવી ઘેલાશાના હાથમાં 'બાપા-કાગડો !' 'હા, ભાઈ ! કાગડો' લખેલું પાનું મૂકયું. ઘેલાશાને તેના બાળપણની સઘળી હકીકત વાણોતરે કહી સંભળાવી.

ઘેલાશા તરત બધું સમજી ગયો : દીકરાએ બાપાની માફી માગી અને તે દિવસથી બાપની ખરા દિલથી ચાકરી કરવા લાગ્યો.

10
ભણેલો ભટ્ટ

• ૧૦. ભણેલો ભટ્ટ

એક હતા ભટજી. કાશીએથી નવાસવા ભણી-ગણીને આવેલા.

ચાર વેદ અને છ શાસ્ત્ર ભણેલા ભટજી એક દિવસ એક નાના ગામડામાં કથા વાંચવા ગયા.

ગામના માણસો તદ્દન કોરા-ધાકોર. કોઈ ગતાગમ નહિ. ખેડ કામ સિવાય કોઈ બાબતની જાણકારી નહિ. છતાં પણ પોતે બહુ જાણે છે એવું બતાવવું બધાંને બહુ ગમે.

ભટજી આવ્યા એટલે બધાં લોકો કહે - ભટજી કથા તો ભલે વાંચે, પણ આપણે પારખાં તો લેવાં જોઈએ ને, કે ભટજી કેવુંક જાણે છે ?

સૌએ ભેગા થઈ ભટજીને પૂછ્યું - ભટજી ! અમારા સવાલનો જવાબ આપો તો કથા વાંચો, ને ન આપો તો પુસ્તક અને પોથીનાં પાનાં મૂકીને અહીંથી ચાલ્યા જાઓ.

ભટ કહે - પૂછો ત્યારે.

એક માણસે પૂછ્યું - ભટજી ! 'તુંબહ તુંબા' એટલે શું ? ભટજી તો ભારે વિચારમાં પડી ગયા.

પોથીપાનાં જોઈ વળ્યા પણ ક્યાંય 'તુંબહ તુંબા' જડે નહિ. ભટજી તો ભારે મૂંઝાયા ને માથું ખંજવાળવા માંડ્યા.

ગામડિયો કહે - ભટજી ! ઈ તમારાથી અમારા સવાલનો ઉત્તર નહિ અપાય. તમારા જેવા તો ઘણાંએ આવી ગયાં, પણ કોઈએ ઉત્તર આપ્યો નથી. લ્યો, હવે પુસ્તકપાનાં અને પોથીઓ અમને સોંપી દો. ભટજીનું મોં તો લોટની કોથળી જેવું થઈ ગયું. બિચારા વીલે મોઢે ઘેર પાછા આવ્યા.

એને એક ભાઈ હતો. ઝાઝું ભણેલોગણેલો નહિ, પણ કોઠાવિદ્યાવાળો ખરો. એને બધી વાતની ખબર પડી એટલે કહે - ભાઈ ! એવા અજડ ગામમાં તમારું કામ નહિ, ત્યાં તો અમારા જેવા જોઈએ; એનું માથું ભાંગે એવા.

આ બીજો ભાઈ તો ચાલ્યો એ જ ગામડામાં. જઈને મલ્લની જેમ કછોટો માર્યો ને માથે ટકોમૂંડો કરાવ્યો. મૂંડા ઉપર ચંદનનું ગોળ ચકરડું કર્યું અને વચમાં એક ટપકું કર્યું. ગામના માણસો તો આ ભટજીને દેખીને રાજી રાજી થઈ ગયા ને એક બીજાને કહે - વાહ, આ ભટજી તો લાગે છે ય ખરા ભટજી જેવા. આવા હોય તો કાંઈક બે અક્ષર શાસ્તરના જાણવા તો મળે !

પણ તો ય બધાં કહે - પારખાં તો લેવાં જ જોશે. એમ ને એમ કાંઈ કથા વાંચવા નહિ બેસાડાય. એક જણ કહે - ભટજી ! પધારો. એક ભટજી પુસ્તકપાનાં મૂકીને ગયા છે ને બીજા વળી તમે આવ્યા છો. તમારીય તે હમણાં ખબર પડશે.

ભટજી કહે - એ ભટ નોખા ને આ ભટ નોખા. અમે તો કહેવાઈએ ભાગડ. આ માથે કેવું ટીલું કર્યું છે અને આ કેવો કછોટો માર્યો છે તે તો જુઓ !

ગામનો પટેલ કહે - ત્યારે જવાબ આપો જોઈએ. 'તુંબહ તુંબા' એટલે શું ?

આ ભટજીને તો બરાબર ખબર હતી કે ગામના લોકોને ખેડ કામ સિવાય કોઈ વાતની ગતાગમ નથી. ભટ કહે - ભાઈ ભૂલ્યા. પૂરો સવાલેય ક્યાં પૂછતાં આવડે છે ? તો સાંભળો પહેલાં તો હોય

ખેડમ્ ખેડા
પછી વાવમ્ વાવા
પછી ઉગે વેલમ્ વેલા
પછી આવે ફૂલમ્ ફૂલા
ને પછી થાય તુંબહ તુંબા.

બધા કહે - એલા, આ ભટજી સાચા; કેટલું ગનાન છે ! જોયું બરાબર કળી ગયા. ઓલ્યા આગળ આવ્યા'તા ઈ ભટને તો બોરના ડીંટિયા જેટલુંય નો આવડે, ને મોટે ઉપાડે કથા વાંચવા આવ્યા હતા !

ભટજીને આખા ગામે વખાણ્યા. બધા કહે - ભટ ભારે, ભટ ભારે, ભટ ભારે ! ભટ તો છે કાંઈ જાણકાર ! બધી વાતની એને સમજ પડે !

ભટને તો ગામ આખાયે જમાડ્યા. પોથી-પુસ્તક પાછાં આપ્યાં ને સારી એવી શીખ આપીને વિદાય કર્યા.

11
લે રે હૈયાભફ !

• ૧૧. લે રે હૈયાભફ !

એક હતો કણબી ને એક હતી કણબણ.

બેય હતા એક એકનું માથુ ભાંગે એવાં; એક એકને પહોંચી વળે એવાં.

સાંજનો વખત હતો. કણબી ખેતરેથી આવી ખાટલે બેઠો બેઠો થાક ખાતો હતો. ત્યાં તો કણબણ રાંધણિયામાંથી બોલી - એ સાંભળ્યું કે ? મારે પિયરથી ઓલ્યો માંડણ ભરવાડ આવ્યો છે. ઈ સમાચાર લાવ્યો છે કે ત્યાં દુકાળ પડ્યો છે ને ખાવા મળતું નથી. કહે કે મારાં મા-બાપ દૂબળાં થઈ ગયાં છે.

કણબીએ આસ્તેથી જવાબ આપ્યો - તે એમાં આપણે શું કરીએ ? આપણે કાંઈ પરભુ છીએ તે મે' આણીએ ? હોય, દુકાળેય પડે !

કણબણને તો માઠું લાગ્યું ને તાડૂકી - લે ! કે' છે, હોય, દુકાળેય પડે ! ખબર પડે દુકાળ વેઠ્યો હોય તો ! જુઓ, હું કહું છું કે આજ ને આજ જાઓ ને ગાડું ભરીને ઘઉં નાખી આવો. વળી તો આપણે તો આ ભગરી ભેંશ દૂઝે છે, માટે આ ટીલડી ગાય પણ લેતા જજો. સમજ્યા ?

કણબી તો વિચારમાં પડી ગયો ને માથું ખંજવાળવા મંડ્યો. ત્યાં તો માથામાંથી એક વાત જડી, ને સડપ કરતો તે ઊભો થયો ને રાંધણિયામાં ગયો. રસોડામાં જઈને કહે - એમાં શું ? તું ભાતું કર. કાલ મળસ્કે જઈશ. સાથે આપણો ગગો પણ આવશે. પાસે ગગો ઊભો હતો. એ તો રાજીના રેડ થઈ ગયો. એ તો કૂદવા માંડ્યો ને દોડવા માંડ્યો - હેઈ, કાલે આપાને ઘેર જવાનું !

કણબીએ ભળકડે ગાડું જોડ્યું. કણબણે ઊઠીને ગાડામાં ઠાંસી ઠાંસીને ઘઉં ભર્યા, મહીં પચાસ રૂપિયાની કોથળી પણ સંતાડી. એના મનમાં એમ થયું કે ઘઉં ભેળી કોથળી પણ બાપાને પહોંચશે. ઘઉં ભરીને ગાડે એક ગાય પણ બાંધી દીધી. ગાયને ગળે સારું મજાનું એક કૂમકું બાંધ્યુ ને ગાડાને અને કણબી ને રવાના કર્યાં.

ગાડું ચાલ્યું જાય છે ત્યાં બે મારગ ફંટાયા. એક મારગ હતો કણબીના સસરાના ગામનો ને બીજો એની બહેનના ગામનો. કણબીએ હળવેક દઈ રાશ ખેંચીને ગાડું બહેનના ગામને મારગે વાળ્યું.

ગાડામાંથી ગગો બોલ્યો - આતા ! આ મારગ તો કુઈના ગામનો. ઓલ્યો મામાના ગામનો મારગ. કણબી કહે - બેસ, હવે ડાયો થા મા, ડાયો ! તને મારગની બહુ ખબર પડે તે ! કાલ સવારનું છોકરું ! ગગો મૂંગો થઈ બેસી રહ્યો ને ગાડું ચાલવા માડ્યું. સાંજ પડી. ગાડું બહેનને ગામ આવ્યું. ત્યાંયે દુકાળ પડેલો. નદી સુકાઈ ગયેલી. મોલ બળી ગયેલા. અન્નપાણીના સાંસા. બહેન તો ભાઈ ને જોઇને રાજીના રેડ થઈ ગઈ. એક તો ઘરે ભાઈ આવ્યો ને સાથે વળી ગાડું ભરીને ઘઉં લાવ્યો. ઉપરિયાણમાં એક દૂઝણી ગાય પણ લાવ્યો !

બહેને ઝટપટ લાપશી કરી ને મગ કર્યાં. ભાઈ ભત્રીજાને ખૂબ ખૂબ હાથ ઠારીને જમાડ્યા ને કેટલીયે પરોણાચાકરી કરી. બાપદીકરો તો બહેનને ત્યાં સારી પેઠે બે ચાર દિવસ રહ્યા ને પછી ગાડું જોડી ઘેર પાછા આવ્યા. કણબી ઘેર આવ્યો એટલે કણબણ કહે - કાં ઘઉં આપી આવ્યા ? કાં ગાય મારાં માબાપને કેવીક ગમી ? કાં, બધાં સાજાંતાજાં છે ને ?

કણબી કહે – મારે તો ખેતર જવું છે. આ ગગલાને પૂછ. કણબણ કહે - હેં ગગા ! મામા તો સારા છે ને ? ગગો કહે - બા, ત્યાં કોઈ મામા નો'તા. કણબણ કહે - મામા કદાચ ગામ ગયા હશે. મામી તો સારી હતી ને ?

ગગો કહે - પણ બા ! ત્યાં મામીબામી કોઈ નો'તું. ત્યાં તો કુઈ હતાં, ભાણિયા હતા, ફુવા હતા ને ઈ બધાં હતાં. કણબણ વાત પામી ગઈ. મનમાં કહે......હં.....આ તો બહેનને ત્યાં બધું નાખી આવ્યા લાગે છે ! કણબણે વિચાર કર્યો કે હવે કણબીની પૂરી ફજેતી કરવી.

પછી કણબણ તો માથે ઓઢીને કૂટવા માંડ્યું. કણબણ રોતી જાય અને કૂટતી જાય......

ગોરી ગાયને ગળે ફૂમકું;
ગાડું ઘઉં ને મહી બૂમકું;
લે રે હૈયાભફ;
લે રે હૈયાભફ !

માણસો બધા ભેગા મળ્યા. બધા પૂછવા માંડ્યા –પટલાણી શું છે તે રુઓ છો ? કણબણ કહે - ઈ તો ઘેરથી એની બહેનને ત્યાં ગોરી ગાય ને ગાડું ઘઉં દેવા ગયેલા, પણ દુકાળમાં બહેન ને ભાણેજાં મરી ખૂટેલાં તે પાછા આવ્યા. એટલે આજે એની કાણ માંડી છે.

કણબીનું ઘર સારું એટલે ગામ આખું કૂટવા ને રોવા ભેગું થયું. કણબીને ખેતરે ખબર થઈ કે ઘરે તો કાણ માંડી છે એટલે એ પણ હાંફળો હાફળો ઘેર આવ્યો. ત્યાં તો સૌ કૂટતા હતાં..........

ગોરી ગાયને ગળે ફૂમકું;
ગાડું ઘઉં ને મહી બૂમકું;
લે રે હૈયાભફ;
લે રે હૈયાભફ!

કણબીની પાસે સૌ એની બહેન-ભાણેજનો ખરખરો કરવા લાગ્યા. કણબી વાત સમજી ગયો કે આ તો હાથનાં કર્યાં હૈયે વાગ્યાં ! પછી બીજે દિવસ કણબી ગાડું ભરીને ઘઉં અને બીજી ગાય લઈ સાસરે જઈને આપી આવ્યો.

12
સસ્સારાણા સાકરીયા

• ૧૨. સસ્સારાણા સાકરીયા

એક હતું શિયાળ અને એક હતો સસલો.

બંને જણાને એકવાર ભાઈબંધી થઈ. બેઈ જણા એક વાર ગામ ચાલ્યા. રસ્તામાં બે મારગ આવ્યા. એક મારગ હતો ચામડાનો અને બીજો હતો લોઢાનો. શિયાળ કહે - હું ચામડાને રસ્તે ચાલું. પછી શિયાળ ચામડાને રસ્તે ચાલ્યું ને સસલો લોઢાને રસ્તે ચાલ્યો.

લોઢાને રસ્તે ચાલતા એક બાવાની મઢી આવી. સસલાને ખૂબ ભૂખ લાગી હતી તેથી તે બાવાજીની મઢીમાં ગયો. મઢીમાં આમ તેમ જોયું ત્યાં તો ભાઈને ગાંઠીયા ને પેંડા હાથ લાગ્યા. સસલાભાઈએ તો ખૂબ ખાધું ને પછી લાંબા થઈને મઢીનાં બારણાં બંધ કરીને સૂતા. એટલામાં બાવો આવ્યો ને મઢીનાં બારણાં બંધ જોઈ બાવાએ પૂછયું - એ, મારી મઢીમાં કોણ છે ? અંદરથી સસલાભાઈ તો ખૂબ રોફથી બોલ્યા -

એ તો સસોભાઈ સાંકળિયા,
ડાબે પગે ડામ; ભાગ બાવા,
નીકર તારી તુંબડી તોડી નાખું !

બાવો તો બીને નાઠો. ગામમાં જઈને એક પટેલને તેડી આવ્યો. પટેલ ઝૂંપડી પાસે જઇને બોલ્યો - બાવાજીની ઝૂંપડીમાં કોણ છે ? અંદરથી રોફ કરી ફરી સસાભાઈ બોલ્યા -

એ તો સસોભાઈ સાંકળિયા,
ડાબે પગે ડામ; ભાગ પટેલ,
નીકર તારી પટલાઈ તોડી નાખું !

પટેલ પણ બીને ભાગી ગયો. પછી પટેલ મુખીને તેડીને આવ્યો.

મુખી કહે - કોણ છે ત્યાં બાવાજીની ઝૂંપડીમાં ? સૂતાં સૂતાં સસલાભાઈએ રોફબંધ કહ્યું-

એ તો સસોભાઈ સાંકળિયા,
ડાબે પગે ડામ; ભાગ મુખી,

નીકર તારું મુખીપણું તોડી નાખું !

આ સાંભળીને મુખી પણ બીને નાસી ગયો. પછી તો બાવાજી પણ ગયા. બધાં ગયા પછી સસલાભાઈ મઢીમાંથી બહાર નીકળ્યા. શિયાળને મળ્યા ને બધી વાત કહી. શિયાળને પણ ગાંઠિયાપેંડા ખાવાનું મન થયું. તે કહે - ત્યારે હું પણ મઢીમાં જઈને ખાઈ આવીશ.

સસલો કહે - ઠીક, જાઓ ત્યારે; લ્યો, ગાંઠિયાપેંડાનો સ્વાદ ! શિયાળ તો અંદર ગયું. ત્યાં તો તરત જ બાવાજી આવ્યા ને બોલ્યા - મારી મઢીમાં કોણ છે ? શિયાળે હળવેકથી કહ્યું -

એ તો શિયાળભાઈ સાંકળિયા,

ડાબે પગે ડામ; ભાગ બાવા,

નીકર તારી તુંબડી તોડી નાખું !

બાવાજી તો સાદ પારખી ગયા એટલે કહે - ઓહો, આ તો શિયાળ છે! પછી બાવાજીએ બારણાં ખેવડ્યાં અને અંદર જઈ શિયાળને બહાર કાઢી ખૂબ માર માર્યો.

શિયાળભાઈને ગાંઠિયાપેંડા ઠીક ઠીક મળ્યાં !

13
ચલ ભંભોટિયા અપને ગામ

- ૧૩. ચલ ભંભોટિયા અપને ગામ

એક હતી ડોશી. તે પોતાની દીકરીની બહુ ચિંતા કરે.

ચિંતામાં ને ચિંતામાં ડોશી દુબળી પડી ગઈ. એક દિવસ પોતાની દીકરીને ત્યાં જવા તે નીકળી. જતાં જતાં રસ્તામાં જંગલ આવ્યું ને તેને સામે એક વાઘ મળ્યો. વાઘ કહે - ડોશી, ડોશી ! તને ખાઉં.

ડોશી કહે -

દીકરીને ઘેર જાવા દે,
તાજીમાજી થાવા દે,
શેર લોહી ચડવા દે;
પછી મને ખાજે.

વાઘ કહે - ઠીક.

પછી ડોશી આગળ ચાલી ત્યાં રસ્તામાં સિંહ મળ્યો. સિંહ કહે - ડોશી, ડોશી ! તને ખાઉં.

ડોશી કહે -

દીકરીને ઘેર જાવા દે,
તાજીમાજી થાવા દે,
શેર લોહી ચડવા દે;
પછી મને ખાજે.

સિંહ કહે - ઠીક.

વળી આગળ ચાલતાં ડોશીને રસ્તામાં સાપ, વરુ વગેરે જનાવરો મળ્યાં. ડોશીએ બધાં જનાવરોને આ પ્રમાણે વાયદો કર્યો.

ડોશી તો તેની દીકરીને ઘેર ગઈ. દીકરી તો સુખી હતી. તે રોજ રોજ ડોશીને સારું સારું ખવરાવે-પિવરાવે પણ ડોશી સારી થાય નહિ. પછી એક દિવસ ડોશીને એની દીકરીએ

પૂછ્યું - માડી ! ખાતાંપીતાં તમે પાતળાં કેમ પડતાં જાઓ છો ?

ડોશી કહે - દીકરી, બાપુ ! હું તો પાછી ઘેર જઈશ ને, ત્યારે મને રસ્તામાં જનાવરો ખાઈ જવાનાં છે. મેં તેમને બધાંને કહ્યું છે કે...હું પાછી આવું પછી મને ખાજો.

દીકરી કહે - અરે માડી ! એમાં તે બીઓ છો શું ? આપણે ત્યાં એક ભંભોટિયો છે. તેમાં તમે બેસજો અને પછી ભંભોટિયાને દોડાવતાં દોડાવતાં લઈ જજો.

ડોશી માટે તો દીકરીએ એક ભંભોટિયો આણ્યો. પછી ડોશીમા તેમાં બેઠાં અને ભંભોટિયો દડતો દડતો ચાલ્યો.

રસ્તામાં તેને વાઘ મળ્યો. ભંભોટિયાને જોઈ વાઘ કહે - ભંભોટિયા, ભંભોટિયા ! ક્યાંય ડોશીને દીઠા ?

ભંભોટિયો કહે -

કિસકી ડોશી, કિસકા કામ,
ચલ ભંભોટિયા અપને ગામ.

વાઘ તો આ સાંભળી વિચારમાં પડ્યો - માળું, આ શું ? આ ભંભોટિયામાં તે શું હશે ?

વાઘ તો ભંભોટિયાની પાછળ પાછળ ચાલ્યો. પછી સિંહ, સાપ વગેરે બીજાં જનાવર મળ્યાં. સૌ જનાવરોએ ભંભોટિયાને પૂછ્યું પણ ભંભોટિયામાંથી એક જ જવાબ મળ્યો.

કિસકી ડોશી, કિસકા કામ,
ચલ ભંભોટિયા અપને ગામ.

આથી સૌ ભંભોટિયા પાછળ પાછળ ચાલ્યાં.

છેવટે ભંભોટિયો ડોશીના ઘર પાસે આવ્યો.

ડોશી તેમાંથી હળવેક દઈને બહાર નીકળી જેવા ઘરમાં જવા જાય ત્યાં તો બધાં જનાવરો તેને ઓળખી ગયાં. સૌ કહે - ડોશી ! તને અમે ખાઈએ. ડોશી ! તને અમે ખાઈએ.

એટલામાં ડોશી એકદમ દોડીને ઘરમાં પેસી ગયાં અને ઘરના બારણાં ઝટ બંધ કરી દીધાં.

પછી સૌ જનાવરો પણ નિરાશ થઈને પાછાં જંગલમાં જતાં રહ્યાં.

14
ટીડા જોશી

• ૧૪. ટીડા જોશી

એક હતો જોશી. એનું નામ ટીડા જોશી.

એને જોશ જોતાં ન આવડે પણ ખોટો ખોટો દેખાવ કરી પૈસા કમાઈ લે. એક દિવસ ટીડા જોશી એક ગામથી બીજે ગામ જવા નીકળ્યા. રસ્તામાં બે ધોળા બળદને એક ખેતરમાં ચરતાં દીઠા. આ વાત એને યાદ રહી ગઈ.

જોશીજી તો ગામમાં ગયા અને એક પટેલને ત્યાં ઉતારો કર્યો. ત્યાં એક કણબી-કણબણ આવ્યાં ને જોશીને કહે - જોશી મહારાજ ! અમારા બે ધોળા બળદ ખોવાયા છે. તે કઈ દિશામાં ગયા હશે તેનું જોશ ઝટ ઝટ જોઈ આપો ને?

જોશીએ તો હોઠ ફફડાવી એક જૂના સડી ગયેલા ટીપણામાં જોઈને કહ્યું - પટેલ ! તમારા બળદ આથમણી સીમમાં ફલાણા ખેતરમાં છે, ત્યાંથી લઈ આવો. પટેલ તો બતાવેલા ખેતરે ગયો એટલે તેને બળદ મળી ગયા. તે ઘણો રાજી થયો અને તેણે ટીડા જોશીને સારી ભેટ ધરી ખુશ કર્યા.

બીજે દિવસે રાત્રે ટીડા જોશીની પરીક્ષા કરવા ઘરધણીએ પૂછ્યું - મહારાજ ! તમારું જોશ સાચું હોય તો કહો, આજે ઘરમાં કેટલા રોટલા થયા છે ?

બન્યું એવું કે ટીડા જોશીને કંઈ કામ ન હતું અને ઘરમાં નવરાધૂપ બેઠા હતા એટલે રોટલાના તાવડીમાં નાખતી વખતે થયેલા ટપાકા ગણતા હતા ! જોશીએ તો ટાઈમ પાસ કરવા ટપાકા ઉપરથી ગણી રાખેલું હતું કે કુલ તેર રોટલા થયેલા છે. સવાલ સાંભળી તેમણે જોશ જોવાનો ડોળ કરી કહ્યું - પટેલ આજે તમારા ઘરમાં તેર રોટલા થયા હતા.

પટેલે પટલાણીને પૂછી જોયું તો જોશીની વાત સાવ સાચી નીકળી. પટેલને તો બહુ નવાઈ લાગી.

આ બે બનાવથી જોશી મહારાજની કીર્તિ આખા ગામમાં ફેલાઈ, ને સૌ જોશી મહારાજ પાસે જોશ જોવરાવવા આવવા લાગ્યા. એટલામાં ત્યાંના રાજાની રાણીનો નવલખો હાર

ખોવાયો. રાજાએ જોશીની કીર્તિ સાંભળી હતી, એટલે તેણે તેને તેડાવ્યો.

રાજાએ જોશીને કહ્યું - જુઓ, ટીડા મહારાજ ! રાણીનો હાર ક્યાં છે અથવા તો કોણ લઈ ગયું છે તે જોશ જોઈને કહો. હાર જડશે તો તમને ઘણા રાજી કરીશું.

જોશી મૂંઝાયા. જરા વિચારમાં પડ્યા. રાજાએ કહ્યું - આજની રાત તમે અહીં રહો, ને રાત આખી વિચાર કરીને સવારે કહેજો. પણ જોજો, જોશ ખોટું પડશે તો ઘાણીએ ઘાલીને તેલ કાઢીશ.

ટીડા જોશી તો વાળુ કરીને પથારીમાં પડ્યા પણ ઊંઘ ન આવે. જોશીના મનમાં ભય હતો કે નક્કી સવારે રાજા ઘાણીએ ઘાલીને મારું તેલ કાઢશે. નીંદર નહોતી આવતી એટલે તે નીંદરને બોલાવવા લાગ્યા - નીંદરડી ! આવ; નીંદરડી ! આવ.

હવે વાત એમ હતી કે રાજાની રાણી પાસે નીંદરડી નામની દાસી રહેતી હતી ને તેણે જ હાર ચોર્યો હતો. ટીડા જોશીને નીંદરડી ! આવ; નીંદરડી ! આવ, એવું બોલતાં એણે સાંભળ્યા એટલે તે એકદમ ગભરાઈ ગઈ. એને લાગ્યું કે ટીડા જોશી મારું નામ પોતાના જોશના બળે જાણી ગયા લાગે છે.

નીંદરડીએ બચી જવાનો વિચાર કરી સંતાડેલો હાર બહાર કાઢ્યો અને જોશી પાસે છાનીછપની ગઈ અને બોલી - મહારાજ ! લ્યો આ ખોવાયેલો હાર. હારનું ગમે તે કરજો પણ મારું નામ હવે લેશો નહિ. ટીડા જોશી મનમાં ખુશ થયા કે આ ઠીક થયું; નીંદરને બોલાવતાં આ નીંદરડી આવી અને સામેથી હાર આપી ગઈ ! ટીડા જોશીએ નીંદરડીને કહ્યું - જો, આ હાર રાણીના ઓરડામાં તેના પલંગ નીચે મૂકી આવ.

સવાર પડી એટલે રાજાએ ટીડા જોશીને બોલાવ્યા. ટીડા જોશીએ તો ઢોંગ કરી એક-બે સાચા ખોટા શ્લોક બોલ્યા અને પછી આંગળીના વેઢા ગણી હોઠ ફફડાવી, લાંબું ટીપણું ઉખેડી બોલ્યા - રાજા ! રાણીનો હાર ક્યાંય ખોવાયો નથી. તપાસ કરાવો. રાણીના ઓરડામાં જ તેના પલંગની નીચે હાર પડ્યો છે, એમ મારા જોશમાં આવે છે.

તપાસ કરાવતાં હાર પલંગ તળેથી જ મળ્યો. રાજા ટીડા પર ખુશ થયો અને તેને સારું ઈનામ આપ્યું.

રાજાએ એક વાર ટીડા જોશીની વધારે પરીક્ષા કરવા એક યુક્તિ રચી. ટીડા જોશીને લઈને રાજા એક વાર જંગલમાં ગયો. જોશીની નજર બીજે હતી એટલી વારમાં રાજાએ પોતાની મૂઠીમાં એક ટીડળું પકડી લીધું, ને પછી પોતાની બંધ મૂઠી બતાવી ટીડાને કહ્યું - કહો ટીડાજી ! આ મૂઠીમાં શું છે ? જોજો, ખોટું પડશે તો માર્યા જશો !

ટીડા જોશી હવે પૂરા ગભરાયા. તેમણે વિચાર કર્યો કે હવે ભરમ ઉઘાડો થશે. હવે તો રાજા જરૂર મારશે. બીકમાંને બીકમાં બધી સાચી વાત રાજાને કહી દેવાને રાજાની માફી માગવા માટે બોલ્યા -

ટપટપ કરતાં તેર જ ગણ્યા
વાટે આવતા ધોરી મળ્યા;
નીંદરડીએ આપ્યો હાર
કાં રાજા ટીડાને માર ?

ટીડા જોશી જ્યાં, 'કાં રાજા ટીડાને માર ?' એમ બોલ્યા ત્યાં તો રાજાના મનમાં થયું કે જોશી મહારાજ તો ખરેખરા સાચા જોશી છે. રાજાએ તો પોતાના હાથમાંથી ટીડળું ઉડાડી કહ્યું - વાહ, જોશીજી ! તમે તો મારા હાથમાં ટીડળું હતું તે પણ જાણી ગયા !

ટીડા જોશી મનમાં સમજી ગયા કે આ તો મરતાં મરતાં બચ્યા ને સાચા જોશી ઠર્યા ! પછી રાજાએ જોશીને મોટું ઈનામ આપ્યું અને તેમને વિદાય કર્યા. ટીડા જોશીએ પણ તે દિવસ પછી જોશ જોવાનું બંધ કર્યું અને બીજા કામે વળગી, ખાઈ, પીને મજા કરી.

15
સામસામી ખેંચાણી ને

• ૧૫. સામસામી ખેંચાણી ને

એક હતો વાણિયો. વીરચંદ એનું નામ.

ગામડામાં રહે. હાટડી માંડે ને રળી ખાય. ગામમાં કાઠી અને કોળીઓને વઢવાડ; બાપદાદાનું વેર. એક દિવસ કાઠી કથળ્યા અને કોળી ઉમટ્યા. સામસામી તલવારો ખેંચી બજાર વચ્ચે ઊતરી પડ્યા. કાઠીએ જમૈયો કાઢી કોળી પર ઘા કર્યો. કોળી ખસી ગયો ને કાઠી પર કૂદ્યો; એક ઘાએ કાઠીનું ડોકું હેઠું પડ્યું ને તલવાર લોહીલોહાણ.

વાણિયો તો મારામારી જોઈ હબકી ગયો. હાટડી બંધ કરીને અંદર પેઠો. અંદરથી બધું જોતો હતો ને ધ્રૂજતો હતો. ખૂન થયું, કાઠીનું ખૂન થયું; દોડો રે દોડો ! એવી બૂમ પડી. આમથી તેમથી સિપાઈસપરાં દોડી આવ્યાં; ગામધણી ને મુખી પણ આવ્યા. બધા કહે - આ તો રઘા કોળીનો ઘા. બીજા કોઈની હામ નહિ ! પણ કોરટ-કચેરીનું કામ એટલે શાહેદી વિના કેમ ચાલે ?

કોઈ કહે - આ વીરચંદ શેઠ હાટડીમાં હતા. એ આપણા સાક્ષી. ભાળ્યું ન ભાળ્યું એ જાણે. હાટડીમાં તો હતા ને ?

વાણિયાને તો પકડી મંગાવ્યો ને કર્યો હાજર ફોજદાર પાસે. ફોજદારે પૂછ્યું - બોલ વાણિયા ! તું શું જાણે છે ?

વાણિયો કહે - બાપજી ! મને તો કશી વાતની ખબર નથી. હું તો હાટડીમાં બેસી નામું લખતો હતો.

ફોજદાર કહે - બસ, તારે જુબાની આપવી જ પડશે. કહેવું પડશે કે બધું મેં નજરોનજર ભાળ્યુ છે.

વાણિયો મૂંઝાણો. ડોકું હલાવી ઘેર ગયો. રાત પડી પણ ઊંઘ આવે નહિ. આમ કહીશ તો કોળી સાથે વેર થશે ને આમ કહીશ તો કાઠી વાંસે પડશે. છેવટે વાણિયે મનમાંને મનમાં કૈંક વિચાર કરી રાખ્યો.

બીજે દિવસે કેસ ચાલ્યો. ન્યાયાધિશ કહે - વાણિયા ! બોલ. ખોટું બોલે એને પરભુ પૂછે. બોલ જોઈએ. ખૂન કેમ થયું ને કોણે કર્યું ?

વાણિયો કહે - સાહેબ !
અહીંથી કાઠી કબકબ્યા ને
ત્યાંથી કોળી હમહમ્યા.
- પછી ?
- પછી ઈનું ઈ.
- પણ ઈનું ઈ શું ?
- સાહેબ !
અહીંથી કાઠી કબકબ્યા ને
ત્યાંથી કોળી હમહમ્યા.
- પણ પછી ?
- પછી ?
પછી તો સામસામી ખેંચાણી ને
મારી આંખ મીંચાણી.

એમ કહીને વાણિયો તો કોરટ વચ્ચે જ ફસકાઈને પડી ગયો ને બોલ્યો - અરે સાહેબ ! અમે વાણિયા. લોહીનો ત્રસકો ય જોઈ ન શકીએ. ઈ સામસામી ખેંચાણી અને મને તમ્મર તે એવી આવી ગઈ કે પછી સિપાઈસપરા ભેળા થયા ત્યારે જ શુદ્ધિ આવી.

ન્યાયાધિશ કહે - ઠીક; હવે ફરી વાર તારી જુબાની બોલી જા જોઈએ ?

વાણિયો કહે -
અહીંથી કાઠી કબકબ્યા ને
ત્યાંથી કોળી હમહમ્યા
સામસામી ખેંચાણી ને
મારી આંખ મીંચાણી.

ન્યાયાધિશે આખરે વાણિયાને રજા આપી ને કાઠીને કોણે માર્યો તે સમજાયું નહિ એટલે કેસ આખો ઊડી ગયો.

16
પેમલો પેમલી

* ૧૬. પેમલો પેમલી

એક હતો પેમલો ને એક હતી પેમલી.

લાકડાં કાપવાથી થાકીપાકી પેમલો સાંજે ઘેર આવ્યો અને પેમલીને કહ્યું - પેમલી ! આજ તો થાકીને લોથ થઈ ગયો છું. જો મને પાણી ઊનું કરી આપે તો નાહીને પગ ઝારું અને થાક ઉતારું.

પેમલી કહે - કોણ ના કહે છે ? લો પેલો હાંડો; ઊંચકો જોઈએ !

પેમલે હાંડો ઊંચક્યો ને કહે - હવે ?

પેમલી કહે - હવે બાજુના કુવામાંથી પાણી ભરી આવો.

પેમલો પાણી ભરી આવ્યો ને કહે - હવે ?

પેમલી કહે - હવે હાંડો ચૂલે ચડાવો.

પેમલે હાંડો ચૂલે ચડાવ્યો ને કહે - હવે ?

પેમલી કહે - હવે લાકડાં સળગાવો.

પેમલે લાકડાં સળગાવ્યાં ને કહે - હવે ?

પેમલી કહે - હવે ફૂંક્યા કરો; બીજું શું ?

પેમલે ચૂલો ફૂંકીને તાપ કર્યો ને કહે - હવે ?

પેમલી કહે - હવે હાંડો નીચે ઉતારો.

પેમલે હાંડો નીચે ઉતાર્યો ને કહે - હવે ?

પેમલી કહે - હવે હાંડો ખાળે મૂકો.

પેમલે હાંડો ખાળે મૂક્યો ને કહે - હવે ?

પેમલી કહે - જાઓ હવે નાહી લો.

પેમલો નાહ્યો ને પછી કહે - હવે ?

પેમલી કહે - હવે હાંડો ઠેકાણે મૂકો.

પેમલે હાંડો ઠેકાણે મૂક્યો અને પછી શરીરે હાથ ફેરવતો ફેરવતો બોલ્યો - હાશ ! જો, શરીર કેવું મજાનું હળવુંફૂલ થઈ ગયું ! રોજ આમ પાણી ઊનું કરી આપતી હો તો કેવું સારું !

પેમલી કહે - હું ક્યાં ના પાડું છું? પણ આમાં આળસ કોની?

પેમલો કહે - આળસ મારી ખરી; પણ હવે નહિ કરું.

પેમલી કહે - તો ઠીક, હવે શાન્તિથી સૂઈ જાઓ.

17
દલો તરવાડી

• ૧૭. દલો તરવાડી

એક હતો તરવાડી. એનું નામ હતું દલો. દલા તરવાડીની વહુને રીંગણાં બહુ ભાવે. એક દિવસ દલા તરવાડીની વહુએ દલા તરવાડીને કહ્યું – તરવાડી રે તરવાડી !

તરવાડી કહે – શું કહો છો ભટ્ટાણી ?

ભટ્ટાણી કહે – રીંગણાં ખાવાનું મન થયું છે. રીંગણાં લાવોને, રીંગણાં ?

તરવાડી કહે – ઠીક.

તરવાડી તો પછી હાથમાં ખોખરી લાકડી લઈ ઠચૂક ઠચૂક ચાલ્યા. નદીકાંઠે એક વાડી હતી ત્યાં ગયા; પણ વાડી એ કોઈ ન હતું. તરવાડીએ વિચાર કર્યો કે હવે કરવું શું ? વાડીનો ધણી અહીં નથી અને રીંગણાં કોની પાસેથી લેવાં ? છેવટે તરવાડી કહે – વાડીનો ધણી નથી તો વાડી તો છે ને ! ચાલો, વાડીને જ પૂછીએ.

દલો કહે – વાડી રે બાઈ વાડી !

વાડી ન બોલી એટલે પોતે જ કહ્યું – શું કહો છો, દલા તરવાડી ?

દલો કહે – રીંગણાં લઉ બે-ચાર ?

ફરી વાડી ન બોલી એટલે વાડીને બદલે દલો કહે – લે ને દસ-બાર !

દલા તરવાડીએ રીંગણાં લીધાં અને ઘેર જઈ તરવાડી તથા ભટ્ટાણીએ ઓળો કરી ને ખાધો. ભટ્ટાણીને રીંગણાંનો સ્વાદ લાગ્યો, એટલે તરવાડી રોજ વાડીએ આવે ને ચોરી કરે. વાડીમાં રીંગણાં ઓછા થવા લાગ્યાં.વાડીના ધણીએ વિચાર કર્યો કે જરૂર કોઈ ચોર હોવો જોઈએ; તેને પકડવો જોઈએ. એક સાંજે વાડીનો માલિક ઝાડ પાછળ સંતાઈને ઊભો. થોડી વારમાં દલા તરવાડી આવ્યા અને બોલ્યા - વાડી રે બાઈ વાડી !

વાડીને બદલે દલો કહે - શું કહો છો, દલા તરવાડી ?

દલો કહે – રીંગણા લઉ બે-ચાર ?

ફરી વાડી ન બોલી.એટલે વાડીને બદલે દલો કહે - લે ને દસ-બાર !

દલા તરવાડી એ તો ફાંટ બાંધીને રીંગણાં લીધાં. અને જ્યાં ચાલવા જાય છે ત્યાં તો વાડીનો ધણી ઝાડ પાછળથી નીકળ્યો ને કહે – ઊભા રહો, ડોસા ! રીંગણાં કોને પૂછીને લીધાં ?

દલો કહે – કોને પૂછીને કેમ ? આ વાડીને પૂછીને લીધાં.

માલિક કહે – પણ વાડી કાંઈ બોલે ?

દલો કહે – વાડી નથી બોલતી પણ હું બોલ્યો છું ના ?

માલિક ઘણો ગુસ્સે થયો અને દલા તરવાડીને બાવડે ઝાલી એક કૂવા પાસે લઈ ગયો. દલા તરવાડીને કેડે એક દોરડું બાંધી તેને કૂવામાં ઉતાર્યો. પછી માલિક જેનું નામ વશરામ ભૂવો હતું તે બોલ્યો – કૂવા રે ભાઈ કૂવા !

કૂવાને બદલે વશરામ કહે – શું કહો છે વશરામ ભૂવા ?

વશરામ કહે – ડબકાં ખવરાવું બે-ચાર ?

કૂવાને બદલે વશરામ બોલ્યો – ખવરાવ ને, ભાઈ ! દસ-બાર.

દલા તરવાડીના નાકમાં અને મોમાં પાણી પેસી ગયું, તેથી દલો તરવાડી બહુ કરગરીને કહેવા લાગ્યો - ભાઈસા'બ ! છોડી દે. હવે કોઈ દિવસ ચોરી નહી કરું. આજ એક વાર જીવતો જવા દે; તારી ગાય છું !

પછી વશરામ ભૂવાએ દલા તરવાડીને બહાર કાઢ્યા અને જવા દીધા. તરવાડી ફરી વાર ચોરી કરવી ભૂલી ગયા ને ભટ્ટાણીનો રીંગણાંનો સ્વાદ સુકાઈ ગયો.

18
પોપટ ભૂખ્યો નથી,તરસ્યો નથી

- ૧૮. પોપટ ભૂખ્યો નથી,તરસ્યો નથી

એક હતો પોપટ. પોપટ બહુ જ ભલો ને ડાહ્યો હતો.

એક દિવસ પોપટને એની મા કહે - ભાઈ, કમાવા જા ને ! . પોપટ તો 'ઠીક' કહી કમાવા ચાલ્યો. ચાલતાં ચાલતાં ખૂબ દૂર ગયો ત્યાં એક મોટું સરોવર આવ્યું. સરોવરની પાળે એક મજાનો આંબો હતો. તેના ઉપર પોપટ બેઠો.

આંબે કાચી અને પાકી ઘણી બધી કેરીઓ આવેલી. પોપટ કેરીઓ ખાય, આંબાડાળે હીંચકે ને ટહૂકા કરે. ત્યાંથી એક ગાયોનો ગોવાળ નીકળ્યો. પોપટ ગાયોના ગોવાળને કહે -

એ ભાઈ ગાયોના ગોવાળ, ગાયોના ગોવાળ ! મારી માને એટલું કહેજે
પોપટ ભૂખ્યો નથી
પોપટ તરસ્યો નથી
પોપટ આંબાની ડાળ
પોપટ સરોવરની પાળ
પોપટ કાચી કેરી ખાય
પોપટ પાકી કેરી ખાય
પોપટ ટહૂકા કરે

ગોવાળ કહે - બાપુ ! આ ગાયો રેઢી મૂકીને હું તે તારી બાને કહેવા ક્યાં જાઉં ? તારે જોઈતી હોય તો આમાંથી એક સારી મજાની ગાય લઈ લે. પોપટે તો એક ગાય લીધી ને આંબાના થડે બાંધી દીધી. થોડીક વાર થઈ ત્યાં તો ત્યાંથી ભેંશોનો ગોવાળ નીકળ્યો. પોપટ ભેંશોના ગોવાળને કહે -

એ ભાઈ ભેંશોના ગોવાળ, ભાઈ ભેંશોના ગોવાળ ! મારી માને એટલું કહેજે

પોપટ ભૂખ્યો નથી
પોપટ તરસ્યો નથી
પોપટ આંબાની ડાળ
પોપટ સરોવરની પાળ
પોપટ કાચી કેરી ખાય
પોપટ પાકી કેરી ખાય
પોપટ ટહૂકા કરે

ભેંશોનો ગોવાળ કહે - બાપુ ! મારાથી તો કહેવા નહિ જવાય. તારે જોઈએ તો આમાંથી એક પાડિયાળી ભેંશ લઈ લે. પોપટે તો એક સારી મજાની ભેંશ લીધી ને આંબાના થડે બાંધી. થોડીક વાર થઈ તો ત્યાંથી બકરાંનો ગોવાળ નીકળ્યો. પોપટ બકરાંના ગોવાળને કહે -

એ ભાઈ બકરાંના ગોવાળ, બકરાંના ગોવાળ ! મારી માને એટલું કહેજે
પોપટ ભૂખ્યો નથી
પોપટ તરસ્યો નથી
પોપટ આંબાની ડાળ
પોપટ સરોવરની પાળ
પોપટ કાચી કેરી ખાય
પોપટ પાકી કેરી ખાય
પોપટ ટહૂકા કરે

બકરાંનો ગોવાળ કહે - અરે બાપુ ! આ બકરાં રેઢા મૂકીને મારાથી તારી માને કહેવા નહિ જવાય. તારે જોઈએ તો બે-ચાર બકરાં લઈ લે. પોપટે તો બે-ચાર રૂપાળાં બકરાં લઈ લીધાં ને આંબાના થડે બાંધી દીધાં.

વળી ત્યાંથી ઘેટાંનો ગોવાળ નીકળ્યો. ઘેટાંના ગોવાળે પોપટને ચાર-પાંચ ઘેટાં આપ્યા. પછી તો ત્યાંથી ઘોડાનો ગોવાળ, હાથીનો ગોવાળ અને સાંઢિયાનો ગોવાળ એક પછી એક નીકળ્યા. ઘોડાના ગોવાળે પોપટને એક ઘોડો આપ્યો. હાથીના ગોવાળે પોપટને એક હાથી આપ્યો. સાંઢિયાના ગોવાળે પોપટને એક સાંઢિયો આપ્યો.

પછી પોપટ તો ગાય, ભેંશ, બકરાં, ઘેટાં, ઘોડો, હાથી ને સાંઢિયો બધાંયને લઈને એક મોટા શહેરમાં આવ્યો. બધાંયને વેચી નાખ્યા એટલે એને તો ઘણાં બધા રૂપિયા મળ્યા. થોડાક રૂપિયાનું એણે સોનુ-રૂપું લીધું ને તેના ઘરેણાં ઘડાવ્યાં. પછી એણે ઘરેણાં નાકમાં, કાનમાં ને ચાંચમાં પહેર્યા; બીજા રૂપિયાને પાંખમાં અને ચાંચમાં ભર્યા. પછી પોપટભાઈ ઘર ભણી ચાલ્યા. આવતાં આવતાં મોડી રાત થઈ ગઈ. ઘરનાં બધાં ઊંઘી ગયાં હતાં. પોપટે તો સાંકળ ખખડાવી માને સાદ કરીને કહ્યું -

મા, મા !
બારણાં ઉઘાડો
પાથરણાં પથરાવો

ઢોલીડા ઢળાવો
શરણાઈઓ વગડાવો
પોપટભાઈ પાંખ ખંખેરે.

મા બિચારી આખો દિવસ ઘરનું કામ કરી કરીને ખૂબ થાકી ગઈ હતી. કોણ આવ્યું છે તે એને બરાબર સમજાયું નહિ. એને થયું અત્યારે કોઈ ચોરબોર આવ્યો હશે ને ખોટું ખોટું બોલતો હશે. એણે તો બારણાં ઉઘાડ્યાં નહિ. પછી પોપટ કાકીને ઘેર ગયો. કાકીને ઘેર જઈને કહે -

કાકી, કાકી !
બારણાં ઉઘાડો
પાથરણાં પથરાવો
ઢોલીડા ઢળાવો
શરણાઈઓ વગડાવો
પોપટભાઈ પાંખ ખંખેરે.

કાકીએ તો સૂતાં સૂતાં જ સંભળાવી દીધું - અત્યારે અડધી રાતે કોઈ બારણાં ઉઘાડતું નથી. આવવું હોય તો સવારે આવજે. પછી પોપટ પોતાની બહેનના ઘેર ગયો. જઈને કહે -

બહેન, બહેન !
બારણાં ઉઘાડો
પાથરણાં પથરાવો
ઢોલીડા ઢળાવો
શરણાઈઓ વગડાવો
પોપટભાઈ પાંખ ખંખેરે.

બહેન કહે - અત્યારે કાળી રાતે તે મારો ભાઈ ક્યાંથી હોય ? ભાગી જા ! તું તો કોઈ ચોર લાગે છે. પછી પોપટ તો માસી, ફોઈબા વગેરે ઘણાં સગાંવહાલાંને ઘેર ગયો પણ કોઈએ બારણાં ઉઘાડ્યાં નહિ.

છેવટે પોપટ એની મોટીબાને ત્યાં ગયો. એની મોટીબા એને ખૂબ વહાલ કરતાં હતા.

મોટીબાએ તો તરત પોપટનો સાદ ઓળખ્યો. તે કહે - આવી ગયો, મારા દીકરા ! આ આવી; લે બારણાં ઉઘાડું છું, બાપુ ! પછી બારણાં ઉઘાડ્યાં એટલે પોપટભાઈ અંદર આવ્યા અને મોટીબાને પગે લાગ્યા. મોટીબાએ એના દુખણાં લીધાં.

પછી તો મોટીબાએ પોપટ માટે પાથરણાં પથરાવ્યાં, ઢોલીડાં ઢળાવ્યાં ને ઉપર સુંવાળા સુંવાળા ગાદલાં પથરાવ્યાં. પછી કહે - દીકરા ! જરા અહીં બેસજે, હોં. હમણાં શરણાઈવાળાને બોલાવું છું. મોટીબા તરત ત્રણ ચાર શરણાઈવાળાને બોલાવી લાવ્યા. શરણાઈયું પૂઉંઉંઉં કરતી વાગવા માંડી.

પોપટભાઈ તો ખુશ ખુશ થઈ ગયા ને પાંખમાંથી ને ચાંચમાંથી રૂપિયા ખંખેરવા લાગ્યા. થોડી વારમાં તો આખું ઘર રૂપિયાથી ભરાઈ ગયું. પોપટભાઈ આટલા બધાં રૂપિયા કમાઈને આવ્યા એ જોઈ મોટીબા પણ ખૂબ રાજી થયા.

શરણાઈ સાંભળતાં સાંભળતાં પોપટભાઈને ઊંઘ આવી ગઈ. સવારે ઊઠીને મોટીબાએ પોપટભાઈની માને બોલાવી પોપટભાઈના રૂપિયા - ઘરેણાં એને આપી દીધા અને પોપટભાઈને જવાનું મન નહોતું તો પણ પરાણે માની સાથે એના ઘેર મોકલાવી દીધા.

19
મા ! મને છમ વડું

• ૧૯. મા ! મને છમ વડું

એક હતો બ્રાહ્મણ ને એક હતી બ્રાહ્મણી. એમને હતી સાત છોડીઓ. બ્રાહ્મણ ઘરનો બહુ જ ગરીબ. રોજ બિચારો સાત ગામ માગે ત્યારે માંડ માંડ પેટનું પૂરું થાય. એક દિવસ બ્રાહ્મણને વડાં ખાવાનું મન થયું. એણે બ્રાહ્મણીને કહ્યું - આજ તો વડાં ખાવાનું મન થયું છે.

બ્રાહ્મણીએ કહે - પણ બધાંયને થાય એટલો લોટ ઘરમાં નથી. પાંચ-સાત વડાં થાય એટલો લોટ માંડ માંડ નીકળે તો પણ ઘણું.

બ્રાહ્મણ કહે - ત્યારે કંઈ નહિ; વાત માંડી વાળો.

બ્રાહ્મણી કહે - ના, એમ નહીં. પરમ દહાડે ધોળી કાકી થોડાંક વડાં આપી ગયાં હતાં તે મેં ને છોડીઓએ ચાખ્યા છે; એક તમે રહી ગયા છો. છોડીઓને વાળુ કરીને સૂઈ જવા દો. પછી હું તમને પાંચ-સાત પાડી આપીશ. મારે કંઈ ખાવાં નથી એટલે તમે એટલાં વડાં ખાઈને પાણી પીશો તો પેટ ભરાશે.

બ્રાહ્મણ કહે - ભલે, પણ તુંએ એકાદ-બે ચાખજે ને.

બ્રાહ્મણી કહે - સારું.

રાત પડી ને છોડીઓ સૂઈ ગઈ પછી બ્રાહ્મણીએ હળવેથી ઊઠીને ચૂલો સળગાવ્યો. પછી ચૂલા ઉપર લોઢી મૂકીને ઉપર ટીપૂંક તેલ મૂક્યું. પછી વડાંનો લોટ ડોઈને વડાં કરવા બેઠી. જ્યાં પહેલું વડું લોઢીમાં મૂક્યું ત્યાં 'છમ, છમ' થયું. આ 'છમ છમ'નો અવાજ સાંભળી એક છોડી જાગી ને કહે - મા ! મને છમ વડું.

મા કહે - સૂઈ જા, સૂઈ જા, આ લે એક વડું. જોજે બીજી જાગે નહીં. પહેલી છોડી તો એક વડું ખાઈને પાણી પીને સૂતી.

માએ તો બીજું વડું મૂક્યું. ત્યાં તો પાછું 'છમ છમ' થયું. બીજી છોડી જાગી ને કહે - મા ! મને છમ વડું.

મા કહે - લે સૂઈ જા, સૂઈ જા. જોજે બીજી બહેન જાગશે. બીજી છોડી વડું ખાઈને સૂઈ ગઈ.

બ્રાહ્મણીએ બ્રાહ્મણની સામે જોયું. બ્રાહ્મણ કહે - હશે, એ તો છોકરાં છે ને !

પછી માએ ત્રીજું વડું મૂક્યું; પણ ત્યાં તો પાછું છમ, છમ, છમ ! 'છમ છમ' સાંભળી વળી એક છોડી જાગી ને કહે - મા ! મને છમ વડું.

મા કહે - લે. વળી તું ક્યાં જાગી ! લે આ વડું; ખાઈને સૂઈ જજે. જોજે બીજીને જગાડતી નહિ.

ત્રણ વડાં તો ખવાઈ ગયાં. હવે ચાર વડાંનો લોટ રહ્યો. બ્રાહ્મણીએ ચોથું વડું મૂક્યું. વળી પાછું વડું તો 'છમ છમ છમ' બોલ્યું. 'છમ છમ' થતું સાંભળી ચોથી છોડી જાગી ને એનેય વડું આપીને માએ સુવાડી દીધી. પછી તો પાંચમી છોડી જાગી ને પાંચમું વડું એને આપવું પડ્યું. તે પછી વળી છઠ્ઠી છોડી જાગી ને છઠ્ઠું વડું એના ભાગે ગયું. ને છેવટે સાતમું વડું સાતમી છોકરીએ ખાધું. ત્યાં તો બધો લોટ ખલાસ થઈ ગયો !

બ્રાહ્મણ-બ્રાહ્મણીએ વડાં ન ખાધાં ને પાણી પીને સૂઈ ગયાં.

20
કાબર અને કાગડો

• ૨૦. કાબર અને કાગડો

એક હતી કાબર અને એક હતો કાગડો. બન્ને વચ્ચે દોસ્તી થઈ.

કાબર બિચારી ભલી અને ભોળી હતી, પણ કાગડો હતો આળસુ અને ઢોંગી. કાબરે કાગડાને કહ્યું - કાગડાભાઈ, કાગડાભાઈ ! ચાલોને આપણે ખેતર ખેડીએ ! દાણા સારા થાય તો આખું વરસ ચણવા જવું ન પડે અને નિરાંતે ખાઈએ.

કાગડો કહે - બહુ સારું; ચાલો.

પછી કાબર અને કાગડો પોતાની ચાંચોથી ખેતર ખેડવા લાગ્યાં.

થોડી વાર થઈ ત્યાં કાગડાની ચાંચ ભાંગી એટલે કાગડો લુહારને ત્યાં તે ઘડાવવા ગયો. જતાં જતાં કાબરને કહેતો ગયો - કાબરબાઈ ! તમે ખેતર ખેડતાં થાઓ, હું હમણાં ચાંચ ઘડાવીને આવું છું.

કાબર કહે - ઠીક.

પછી કાબરે તો આખું ખેતર ખેડી નાખ્યું પણ કાગડાભાઈનો પત્તો ન લાગે. એ તો પાછા આવ્યાં જ નહિ.

કાગડાભાઈની દાનત ખોટી હતી એટલે ચાંચ તો ઘડાવી પણ કામ કરવાની આળસે ઝાડ પર બેઠા બેઠા લુહાર સાથે ગપ્પાં મારવા લાગ્યા. કાબર તો કાગડાની રાહ જોઈ થાકી ગઈ એટલે કાગડાને બોલાવવા ગઈ. જઈને કાગડાને કહે - કાગડાભાઈ, કાગડાભાઈ ! ચાલો ને ! ખેતર તો ખેડાઈ ગયું. હવે આપણે વાવીએ.

કાગડો કહે -

ઠાગાઠૈયા કરું છું,
ચાંચુડી ઘડાવું છું,
જાવ, કાબરબાઈ ! આવું છું.

કાબર પાછી ગઈ અને એણે તો વાવવાનું કામ શરૂ કર્યું.

કાબરે રૂપાળો બાજરો વાવ્યો. થોડા દિવસમાં એ એવો તો સુંદર ઊગી નીકળ્યો કે બસ ! . એટલામાં નીંદવાનો વખત થયો વળી કાબરબાઈ કાગડાને બોલાવવા ગઈ. જઈને કાગડાને કહે - કાગડાભાઈ, કાગડાભાઈ ! ચાલો, ચાલો; બાજરો બહુ સારો ઊગ્યો છે. હવે જલદી નીંદવું જોઈએ, નહિતર મોલને નુકસાન થશે.

આળસુ કાગડાએ ઝાડ ઉપરથી કહ્યું :

ઠાગાઠૈયા કરું છું,

ચાંચુડી ઘડાવું છું,

જાવ, કાબરબાઈ ! આવું છું.

કાબર તો પાછી ગઈ અને એકલીએ ખેતર આખું નીંદી નાખ્યું.

વખત જતાં કાપણીનો સમય આવ્યો એટલે કાબર વળી કાગડાભાઈને બોલાવવા ગઈ. જઈને કાગડાને કહે - કાગડાભાઈ ! હવે તો ચાલો, કાપણીનો વખત થયો છે. મોડું કાપશું તો નુકસાન થશે.

લુચ્ચા કાગડાએ કહ્યું -

ઠાગાઠૈયા કરું છું,

ચાંચુડી ઘડાવું છું,

જાવ, કાબરબાઈ ! આવું છું.

કાબરબાઈ તો નિરાશ થઈ પાછી ગઈ. અને ખિજાઈને એકલીએ આખા ખેતરની કાપણી કરી નાખી.

પછી તો કાબરે બાજરીનાં ડુંડાંમાંથી બાજરો કાઢ્યો અને એક કોર બાજરાનો એક ઢગલો કર્યો, અને બીજી કોર એક મોટો ઢૂંસાંનો ઢગલો કર્યો. અને એ ઢૂંસાંના ઢગ પર થોડોક બાજરાનો પાતળો થર પાથરી દીધો જેથી ઢૂંસાંનો ઢગલો બાજરાના ઢગલા જેવો જ દેખાય.

પછી તે કાગડાને બોલાવવા ગઈ. જઈને કહે - કાગડાભાઈ ! હવે તો ચાલશો ને ? બાજરાના બે ઢગલા તૈયાર કર્યા છે. તમને ગમે તે ભાગ તમે રાખજો. વગર મહેનતે બાજરાનો ભાગ મળશે એ જાણી કાગડાભાઈ તો ફુલાઈ ગયા.

તેણે કાબરને કહ્યું - ચાલો બહેન ! તૈયાર જ છું. હવે મારી ચાંચ ઘડાઈને બરાબર થઈ ગઈ છે.

કાબર મનમાં ને મનમાં બોલી - તમારી ખોટી દાનતનાં ફળ હવે બરાબર ચાખશો, કાગડાભાઈ !

પછી કાગડો અને કાબર ખેતરે આવ્યાં. કાબર કહે - ભાઈ ! તમને ગમે તે ઢગલો તમારો..

કાગડાભાઈ તો મોટો ઢગલો લેવાને માટે ઢૂંસાંવાળા ઢગલા ઉપર જઈને બેઠા. પણ જ્યાં બેસવા જાય ત્યાં ભાઈસાહેબના પગ ઢૂંસાંમાં ખૂંતી ગયાં અને આંખમાં, કાનમાં ને મોઢામાં બધે ઢૂંસાં ભરાઈ ગયાં અને કાગડાભાઈ મરણ પામ્યા ! ,પછી કાબરબાઈ બાજરો ઘેર લઈ ગઈ. અને ખાધું, પીધું ને મોજ કરી.

21
ના હું તો ગાઈશ !

• ૨૧. ના હું તો ગાઈશ !

ઘણાં સમય પહેલાંની એક નાના ગામની આ વાત છે. એક ધોબી પાસે એક ગધેડો હતો. ધોબી આખો દિવસ એ ગધેડા પાસે સખત કામ કરાવતો અને રાતના સમયે એને છૂટો મૂકી દેતો. રાત્રે તે ગધેડો અહીં તહીં ચરીને પોતાનું પેટ ભરતો. એક રાત્રે એ ગધેડાને એક શિયાળ મળ્યું. બન્ને વચ્ચે દોસ્તી થઈ ગઈ. શિયાળે ગધેડાને કહ્યું, ‘ચાલ આજે હું તને સરસ મજાની જગ્યા બતાવું. ત્યાં આપણને ધરાઈને ખાવાનું મળશે.’

શિયાળ ગધેડાને એક ખેતર પાસે લઈ ગયું. જુવારના ખેતરના એક ખૂણે કાકડીના વેલા પથરાયેલા હતા વેલ પર ફૂણી ફૂણી કાકડીઓ ઉગી હતી. ખેતરની વાડમાં એક છીંડુ હતું એમાંથી બંને અંદર પેઠા. આવી સરસ તાજી કાકડીઓ જોઈને ગધેડાના મોઢામાં તો પાણી આવવા લાગ્યું. ગધેડાએ ધરાઈને કાકડી ખાધી.

કાકડી ખાઈને ગધેડો ગેલમાં આવી ગયો. તેને ગાવાની ઈચ્છા થઈ આવી. તેણે શિયાળને કહ્યું, ‘ભાઈ શિયાળ, આજે કેવી રૂપાળી સરસ મજાની પૂનમની રાત છે, આકાશમાં ચાંદો ય કેવો સુંદર લાગે છે ! આવા મજાના વાતાવરણમાં હું ગાઉં અને તું સૂર પુરાવ તો કેવું ?’

શિયાળ કહે, ‘અરે ગધેડાભાઈ, હાથે કરીને ઉપાધી શીદને વહોરી લેવી ? આપણે અત્યારે ચોરની જેમ આ ખેતરમાં છાનાંમાનાં પેઠા છીએ. એટલે મૂંગા રહેવામાં જ મજા છે. તમે ગાશો કે તરતજ રખેવાળ તમારો ઊંચો સૂર સાંભળી જાગી જશે. અને આપણા બાર વાગી જશે.’

ગધેડો બોલ્યો, ‘મૂર્ખ, તું તો જંગલી જ રહ્યો. સંગીતના રસને તું શું સમજે ?’

શિયાળે ગધેડાને ન ગાવા માટે ઘણુંય સમજાવ્યો, પણ ગધેડો તો હઠ લઈને બેઠો હતો. તે કહે, ‘ના હું તો ગાઈશ જ...’

ગધેડો ગાવાનું શરૂ કરે એ પહેલાં ચતુર શિયાળ બોલ્યું, 'ગધેડાભાઈ, તમે ઘડીવાર થોભો. હું પેલા ઝાંપા પાસે ઊભો રહી રખેવાળનું ધ્યાન રાખું છું. પછી તમે નિરાંતે ગાઓ' .શિયાળ વાડીની બહાર નીકળી ગયું. પછી ગધેડાએ ડોક ઊંચી રાખીને મોટે મોટેથી ગાવાનું શરૂ કર્યું, 'હોં... ચી.... હોં.... ચી...' એના ભૂંકવાનો અવાજ સાંભળીને ખેતરનો રખેવાળ દોડી આવ્યો. તેણે પોતાની જાડી ડાંગ વડે ગધેડાને મારી મારીને અધમૂવો કરી નાંખ્યો. પછી તેના ગળે વજનદાર પથરો બાંધીને તે ચાલ્યો ગયો.

થોડીવાર પછી ગધેડો મહામહેનતે ઉભો થયો. તે ગળે લટકાવેલ મોટા પથરા સાથે લંગડાતો લંગડાતો ખેતરની બહાર આવ્યો. શિયાળે પૂછ્યું, 'ગધેડાભાઈ, આ શું થયું ?'

ગધેડો હવે શું બોલે ? તેને હવે સમજાઈ ગયું હતું કે તેણે શિયાળની સલાહ માનીને ગાવાનું માંડી વાળ્યું હોત તો તેની આ દશા ન થઈ હોત.

બોધ પાઠ: કોઈ પણ કામ કરતાં પહેલાં તેના પરિણામનો વિચાર કરવો.

22
દયાળુ સિદ્ધાર્થ

• ૨૨. દયાળુ સિદ્ધાર્થ

એક કપિલવસ્તુ નામની નગરીમાં શુદ્ધોધન નામે રાજા હતા. તેની રાણીનું નામ માયાદેવી હતું.

આ રાજા-રાણીને એક પુત્ર હતો. તેનું નામ સિદ્ધાર્થ હતું. સિદ્ધાર્થ બાળપણમાં ઘણા દયાળુ સ્વભાવનો હતો. એક વાર બગીચામાં બધા રાજકુમાર ફરતાં હતાં ત્યારે આકાશમાં હંસોનું ટોળું નીકળ્યું. હંસોને જોઈને દેવદત્ત નામના રાજકુમારે તીર છોડ્યું. એક હંસની પાંખમાં તીર વાગ્યું અને તે નીચે સિદ્ધાર્થના પગ પાસે આવી પડ્યો. સિદ્ધાર્થે હંસની પાંખમાંથી તીર ખેંચી કાઢ્યું અને હંસને પંપાળ્યો. તેનો ઘા સાફ કરી પાટો બાંધ્યો. હંસ બચી ગયો.

થોડી વાર પછી દેવદત્ત સિદ્ધાર્થ પાસે આવ્યો ને બોલ્યો, હંસ મારો છે. તે મને આપી દે. સિદ્ધાર્થે કહ્યું, હંસ તને નહીં આપું. બંને રાજા પાસે ન્યાય કરાવવા ગયા. રાજાએ સિદ્ધાર્થને કહ્યું, હંસનો શિકાર દેવદત્તે કર્યો છે માટે હંસ દેવદત્તને આપી દે. સિદ્ધાર્થે જવાબ આપ્યો, દેવદત્તે હંસને માર્યો છે જ્યારે મેં હંસને બચાવ્યો છે. હવે આપ ન્યાય કરો. હંસ મારનારનો કહેવાય કે બચાવનારનો ?

રાજા સિદ્ધાર્થની વાત સાંભળી ખુશ થયા. રાજાએ કહ્યું, સિદ્ધાર્થ ! હંસ તું રાખી લે. તે તારો છે કેમ કે મારનાર કરતાં જિવાડનાર હંમેશા ચડિયાતો લેખાય.

23
ડોસો અને દીકરો

• ૨૩. ડોસો અને દીકરો

એક હતો ડોસો અને એક હતો દીકરો. બાપ અને દીકરો પરગામ ગધેડું વેચવા ચાલ્યા. આગળ બાપ અને દીકરો ચાલ્યા જાય છે ને પાછળ ગધેડું દોરાયું આવે છે. રસ્તે બે જુવાન માણસો મળ્યા. તે કહે: “અરે રામ ! આ બાપ દીકરા જેવા બાઘા કોઈએ જોયા છે ? ગધેડું ઠાલું ચાલ્યું આવે છે ને બાપ દીકરો પગ તોડે છે !”

બાપને થયું વાત બરાબર છે. બાપે દીકરાને ગધેડા પર બેસાડ્યો ને પોતે ગધેડું દોરી આગળ ચાલ્યો.

ત્યાં બે બાઈઓ મળી. બાઈઓ કહે: હે રામ ! આ કળજુગ ભાળ્યો ? બિચારો બુઢ્ઢો બાપ ચાલ્યો આવે છે ને જુવાનજોધ દીકરો શાહજાદો બની સવાર થઈ ગયો છે ! એને શરમ નહિ આવતી હોય ?”

દીકરાને થયું બાઈઓની વાત પણ ખોટી નથી. દીકરો હેઠે ઊતર્યો ને ફરી બાપ ગધેડા પર બેઠો. ત્યાં તો વળી કોકે કહ્યું: “એલા, તારા ધોળામાં ધૂળ પડી ! લાજતો નથી ? આ છોકરો બાપડો ચાલ્યો આવે છે ને તું એકલો ગધેડે ચડીને બેઠો છે ! છોકરાને પણ ભેગો બેસાડી લેને.”

ડોસો શરમાઈ ગયો ને દીકરાને પણ પોતાની આગળ બેસાડ્યો. જરાક દૂર જાય, ત્યાં બાવાઓનું એક ટોળું મળ્યું, એક બાવો કહે: “અરે ! છે આ બાપ દીકરાને કોઈની દયા ? બેઉ કેવા ગધેડા ઉપર બેઠા આવે છે ! ઈ મુંગા જીવને કંઈ બોલતા આવડે છે તે બોલે ? બેઉના ભારથી બચાડો જીવ કેવો મૂંઝાઈ ગયો છે !”

બાપ-દીકરો ગધેડા ઉપરથી ઊતરી પડ્યા.

દીકરો કહે: “બાપા, ત્યારે હવે આપણે શું કરશું?”

બાપા કહે: આમાં તો મને પણ સમજ પડતી નથી.

ત્યાં એક ઉંમરલાયક ડોશી નીકળી. બાપ-દીકરાની મૂંઝવણ જાણી તે હસવા લાગી. ડોશી કહે કે આમ સાવ બાઘા જેવા થાઓ મા. જે માણસને કંઈ કામ-ધંધો હોય નહિ તે જ બીજાનું વાંકું બોલે કે બીજાની ભૂલો કાઢતા ફરે. અને માગ્યા વિનાની શીખામણ આપ્યા કરતા હોય એવા લોકો તો ઢબ્બુના 'ઢ' કહેવાય. એવા નકામા માણસોની વાતો આપણે શું કામ સાંભળવી ? તમ તમારે બાપ અને દીકરો તમને પોતાને ઠીક લાગે તેમ કરો અને તમારે રસ્તે હેંડતા થાવ.

બાપ-દીકરાને ડોશીની વાત બરાબર લાગી અને પછીથી માગ્યા વિનાની શીખામણ આપી દોઢ ડાહ્યા થતા નકામા માણસોની વાત પર ધ્યાન આપવાનું છોડી દીધું

24
બે સમજુ બકરી

• ૨૪. બે સમજુ બકરી

એક નાના ગામની વચ્ચે એક નદી વહેતી હતી.

નદી હંમેશા પાણીથી ભરેલી રહેતી હતી. નદીના બંને કિનારાને જોડતો નાનો સાંકડો પુલ હતો. પુલ પરથી એક સમયે એક જ જણ પસાર થઈ શકતું. એક દિવસ આ પુલ પર એક બકરી પુલના એક તરફના છેડેથી આવતી હતી. એ જ વખતે પુલના બીજી તરફના છેડેથી બીજી બકરી આવતી હતી.

બંને બકરી પુલની વચ્ચે ભેગી થઈ ગઈ. બંનેને એકમેકથી સામેના કાંઠે જવું હતું. બકરીઓ વિચારમાં પડી ગઈ. પાછા જઈ શકાય તેમ ન હતું. એક બીજાની બાજુમાં થઈને પણ નીકળી શકાય તેમ ન હતું. બકરીઓ સમજુ હતી. તે ગભરાઈ નહિ. તેમ તે લડી ઝઘડી પણ નહિ. એક બકરી નીચે બેસી ગઈ. બીજી બકરી તેના પર થઈને આગળ નીકળી ગઈ. કેવી સમજુ હતી આ બકરીઓ !

થોડી વાર પછી આ પુલ પર પુલના બન્ને છેડેથી આવતાં બે કૂતરાં પુલની વચ્ચે ભેગા થઈ ગયા. બન્ને સામ સામેના કિનારે પહેલા પહોંચવા માટે ઝઘડવા લાગ્યા. એક પણ કૂતરો પાછો ખસવા તૈયાર ન હતો, બંને એક બીજાને બચકાં ભરી મારામારી કરવા લાગ્યા. તેમનું ધ્યાન રહ્યું નહિ ને બન્ને નીચે નદીના ઊંડા પાણીમાં જઈ પડ્યાં.

પાણીમાં તાણ ઘણું હતું એટલે દૂર સુધી તણાઈ ગયા. સારું હતું કે બેઉ કૂતરાને તરતાં સારું આવડતું હતું એટલે જેમ તેમ કરી પોતાનો જીવ બચાવી શક્યા અને મહા મુસીબતે કિનારે આવ્યા પણ બન્ને બહુ જ હેરાન પરેશાન થઈ ગયા.

જો આપણે પણ એક બીજા સાથે સંપ-સાથ-સહકાર અને સમજદારીથી કામ લઈએ તો સમજુ બકરીની જેમ મુશ્કેલીમાંથી રસ્તો કાઢી આગળ વધી શકીએ પણ જો એક બીજા સાથે લડવા-ઝગડવામાં રચ્યા-પચ્યા રહીએ તો આપણી હાલત પણ પાણીમાં તણાઈ ગયેલા કૂતરા જેવી થાય.

25
આનંદી કાગડો

• ૨૫. આનંદી કાગડો

એક હતો કાગડો.

કાગડો સ્વભાવે મોજીલો અને આનંદી. એને તો દરેક વાતમાં મજા આવે. એક વાર કોઈ કારણસર રાજા કાગડા પર ગુસ્સે થઈ ગયો. રાજાએ તો પોતાના માણસોને બોલાવી કહ્યું ; 'જાઓ; આ કાગડાને ગામના કૂવાને કાંઠે ગારો છે તેમાં ફેંકી આવો.' કાગડાને રાજાજીના હુકમ પ્રમાણે ગારામાં ફેંકી દેવામાં આવ્યો. કાગડાભાઈ તો ગારામાં પડ્યા પડ્યા આનંદથી ગાવા લાગ્યા :

લપસણું કરતાં શીખીએ છીએ ભાઈ
લપસણું કરતાં શીખીએ છીએ

રાજા અને તેના માણસો નવાઈ પામ્યા કે લે આ કાગડો તો કેવો છે ? ગારામાં આખા શરીરે કાદવ કીચડ ચોંટી જવા છતાં દુઃખી થવાને બદલે ખુશ કેમ થાય છે ?

રાજાને તો ક્રોધ ચડ્યો અને બીજો હુકમ કર્યો : 'જાઓ; નાખો આ કાગડાને કૂવામાં. ભલે એ પાણીમાં ડૂબીને મરી જાય.'

માણસોએ કાગડાને ઊંચકીને કૂવામાં ફેંકી દીધો. પણ કાગડાભાઈ તો કૂવામાં પડ્યા પડ્યા ગાવા લાગ્યા :

કૂવામાં તરતાં શીખીએ છીએ ભાઈ
કુવામાં તરતાં શીખીએ છીએ

રાજા કહે : 'હવે તો આ કાગડાને આથી વધારે શિક્ષા કરવી જોઈએ.'

પછી તેણે તો કાગડાને કાંટાથી ભરેલાં એક પીંજરામાં નખાવી દીધો. પણ કાગડાભાઈ તો એના એ જ રહ્યા. વળી આનંદી સૂરમાં ગાવાનું શરૂ કર્યું :

ફૂંણા કાન વીંધાવીએ છીએ ભાઈ
ફૂંણા કાન વીંધાવીએ છીએ

રાજા કહે : આ કાગડો તો ભાઈ ભારે જબરો છે ! ગમે તે દુઃખમાં એને નાખો પણ તેને કોઈ દુઃખ થતું જ નથી. ચાલો જોઈએ, એને સુખ થાય એવા ઠેકાણે નાખીએ એટલે એ કદાચ દુઃખી થઈ જશે.

પછી કાગડાભાઈને આંબાની ડાળે કોયલ ટહુકા કરતી હતી તેની બાજુમાં પાંજરે પૂરી મૂકાવ્યા. કાગડાભાઈને તો તે પણ સવળું પડ્યું. ખુશ થઈને ગાવા લાગ્યા :

કોયલના ટહુકા સાંભળીએ છીએ ભાઈ
કોયલના ટહુકા સાંભળીએ છીએ

પછી તો રાજાએ તેને ખીર ખવડાવી જોઈ. કાગડો તો ગાય કે

મીઠી ખીર ખાઈએ છીએ ભાઈ
મીઠી ખીર ખાઈએ છીએ

રાજાજીએ કાગડાને દુઃખી કરવા ઘણી કોશિશ કરી જોઈ પણ દુઃખી થાય તે બીજા. છેવટે થાકીને રાજાએ હુકમ કર્યો : 'આ કાગડો કોઈ રીતે દુઃખી થાય તેમ લાગતું નથી. જાઓ, તેને છાપરા પર ફેંકી દો.' છાપરાં પર બેઠા બેઠા કાગડાએ તો ગાયું કે :

હવે અમે આઝાદ છીએ ભાઈ ,હવે અમે આઝાદ છીએ

અને કાગડો તો આનંદ કરતો કરતો ઊડીને પોતાના માળામાં પેશી ગયો.

26
લખ્યા બારુંની વાર્તા

• ૨૬. લખ્યા બારુંની વાર્તા

એક હતો વાણિયો પણ તેનામાં સમજણ ઓછી.

વાણિયાની નાની સરખી હાટડી હતી. હાટડીમાં ખારા દાણા, દાળિયા, મમરા, રેવડી ને એવી નાની નાની ચીજો રાખે અને વેંચે. બિચારો સાંજ પડ્યે માંડ માંડ પેટજોગું રળી ખાય. પણ કોક કોક વખત એવાં એવાં કામ કરે કે એને ભલો-ભોળો કહેવો, મૂરખ કહેવો કે ગાંડો કહેવો તેની કોઈને સમજ ન પડે એક વાર વાણિયાને હિસાબ કરતાં કરતાં બહુ મોડું થઈ ગયું. તે મોડી રાતે હાટડી બંધ કરી ઘેર જતો હતો ત્યારે તેને રસ્તામાં ચોર મળ્યા.

વાણિયો ચોરને કહે : 'અલ્યા, મોડી રીતે ઈ કોણ છે ?'

ચોરો કહે : 'કેમ ભાઈ ? અમે તો વેપારી છીએ. આમ ટપારે છે શાનો ?'

વાણિયો કહે : 'અલ્યા પણ અત્યારે મોડી રાતે ક્યાં ચાલ્યા ?'

ચોરો કહે : 'જઈએ છીએ માલ ખરીદવા.'

વાણિયો કહે : 'રોકડે કે ઉધાર ?'

ચોરો કહે : 'રોકડે ય નહિ ને ઉધારે ય નહિ. અમે તો પૈસા દીધા વિના માલ લઈએ છીએ.'

વાણિયો કહે : 'ત્યારે તો તમારો વેપાર બહુ સારો ! મને પણ તમારી સાથે લેશો ?'

ચોરો કહે : 'ચાલને ભાઈ ! તને ય તે શીખવા મળશે અને ફાયદો થશે.'

વાણિયો કહે : 'એ ઠીક. પણ વેપાર કેમ કરવો એ તો સમજાવો.'

ચોરો કહે : 'લે લખ કાગળમાં કે કોઈના ઘરની પછીતે.'

વાણિયાએ તો ગજવામાંથી કાગળ કાઢી લખવાનું શરૂ કર્યું. કહે : 'લખ્યું, કોઈના ઘરની પછીતે.'

ચોરો કહે : 'લખ, હળવે હળવે કાણું પાડવું.'

વાણિયો કહે : 'લખ્યું, હળવે હળવે કાણું પાડવું.'

ચોરો કહે : 'ધીમે ધીમે ઘરમાં જવું.'

વાણિયો કહે : 'લખ્યું, ધીમે ધીમે ઘરમાં જવું.'

ચોરો કહે : 'લખ, જે જોઈએ તે ભેગું કરવું.'

વાણિયો કહે : 'લખ્યું, જે જોઈએ તે ભેગું કરવું.'

ચોરો કહે : 'ન ધણીને પૂછવું, ન ધણીને પૈસા આપવા.'

વાણિયો કહે : 'લખ્યું, ન ધણીને પૂછવું, ન ધણીને પૈસા આપવા.'

ચોરો કહે : 'લખ, જે મળે તે લઈને ઘરભેગા થઈ જવું.'

વાણિયો કહે : 'લખ્યું, જે મળે તે લઈને ઘરભેગા થઈ જવું.'

વાણિયાએ તો ચોરોએ જેમ લખાવ્યું તેમ બરાબર લખ્યું ને લખીને કાગળ ખિસ્સામાં નાખ્યો.

પછી બધા સાથે મળીને ચોરી કરવા ચાલ્યા.

ચોરો એક ઘરમાં ચોરી કરવા ગયા તો વાણિયો તેની બાજુવાળાના ઘરમાં ચોરી કરવા ગયો. ચોરો તો ફટાફટ પોતાનું કામ પતાવી રવાના થઈ ગયા પણ વાણિયાને જરાય ઉતાવળ નહિ. તેણે તો શાંતિથી પોતાના ખિસ્સામાંથી કાગળ કાઢી દીવાસળીનું અજવાળું કરી બરાબર ધ્યાનથી વાંચ્યો. તેમાં લખ્યું હતું :-

કોઈના ઘરની પછીતે
હળવે હળવે કાણું પાડવું
ધીમે ધીમે ઘરમાં જવું
જે જોઈએ તે ભેગું કરવું
ન ધણીને પૂછવું ન ધણીને પૈસા આપવા
જે મળે તે લઈને ઘરભેગા થઈ જવું

વાણિયા તો બરાબર કાગળમાં લખ્યા પ્રમાણે કર્યું. પહેલા પછીતે કાણું પાડ્યું, પછી હળવે હળવે ઘરમાં ગયો. પછી એક કોથળો શોધી તેમાં પિત્તળના નાના મોટા વાસણો શાંતિથી ભરવા લાગ્યો. પણ થયું એવું કે પિત્તળનું એક મોટું તપેલું કોથળામાં નાખતી વખતે તેના હાથમાંથી પડી ગયું તેના ધબાકાનો મોટો અવાજ થયો.

વજનદાર વાસણ પડવાનો અવાજ સાંભળી ઘરના બધા માણસો જાગી ગયા. રસોડામાં જઈને જૂએ તો વાણિયો ચોરી કરતો હતો. બધાંએ 'ચોર, ચોર'ની બૂમરાણ મચાવી તેને પકડી લીધો ને પછી મારવા લાગ્યા.

વાણિયો તો વિચારમાં પડી ગયો. પણ માર ખાતાં ખાતાં પોતાના ખિસ્સાનું કાગળિયું કાઢી જેમ તેમ કરી એક વાર વાંચી લીધું.

પછી તો તે જોશમાં આવી ગયો. બધા તેને મારે તેમ કૂદતો જાય ને જોર જોરથી બોલતો જાય :

એ ભાઈ, આ તો લખ્યા બારું
એ ભાઈ, આ તો લખ્યા બારું

ઘરના માણસો વિચારમાં પડી ગયા ને મારતા અટકી જઈ કહે : 'એલા આ શું બોલે છે ?'

વાણિયો કહે : 'ત્યારે હું કંઈ ખોટું કહું છું ? લ્યો આ કાગળ અને વાંચો. એમાં ક્યાંય માર ખાવાનું લખ્યું છે ? આ તો તમે લખ્યા બારું કરો છો.'

પછી તો ઘરના માણસોએ કાગળ વાંચ્યો ને સમજી ગયા કે આ ભાઈમાં તો મીઠું ઓછું છે અને કોકનો ચડાવ્યો ચડી ગયો છે. એટલે વાણિયાનો હાથ પકડી ઘરની બહાર કાઢી મૂક્યો.

27
અગ્રે અગ્રે વિપ્રઃ નંદ

• ૨૭. અગ્રે અગ્રે વિપ્રઃ નંદ

એક હતો બ્રાહ્મણ અને એક હતો બાવો.

બન્ને સાથે મુસાફરી કરવા નીકળ્યા પણ મુસાફરીમાં તેમના બધા પૈસા વપરાઈ ગયા. ઉનાળાનો વખત હતો ને ખરો બપોર થયેલો પણ પાણી ક્યાંય ન મળે, ભૂખ પણ લાગેલી.

બેઉ ભૂખ્યા-તરસ્યા આગળ ચાલ્યા. રસ્તે એક વાણિયો મળ્યો. વાણિયો પણ તેમની માફક પૈસા વિનાનો અને ભૂખ્યો-તરસ્યો હતો. ત્રણે જણાએ નક્કી કર્યું કે આપણી પાસે પૈસા તો નથી અને ભૂખ્યા રહેવાતું નથી તો ચાલો સાથે મળીને ગમે તે તરકટ કરીએ ને કંઈક ખાવા-પીવાનું શોધીએ. જે જડે તે સૌનું સરખા ભાગે. ચાલતા ચાલતા શેરડીનું ખેતર આવ્યું.

બ્રાહ્મણ કહે : 'ઊભા રહો. હું ખેડૂતને અષ્ટમપષ્ટમ ભણાવી શેરડી લઈ આવું છું.'

બ્રાહ્મણ તો અંદર ગયો. 'નારાયણ પ્રસન્ન' કહી ખેડૂતને આશીર્વાદ આપ્યા અને શેરડીનું દાન કેટલું પુણ્ય કમાવી આપે છે અને પરભવમાં કેટલો ફાયદો થશે તેની વાતો સમજાવવા મહેનત કરી.

પટેલ કહે : 'મહારાજ, મારે પરભવનું કોઈ પુણ્ય નથી જોઈતું. મારે થોડાં ભંડાર ભર્યા છે કે હું બીજાને દાન આપ્યાં જ કરું.' બ્રાહ્મણ તો વીલા મોંએ પાછો આવ્યો.

બાવો કહે : 'વાંધો નહિ. એને આ ભવમાં જ ફાયદો થાય તેવી ચમત્કારી ભસ્મની લાલચ આપી શેરડી લઈ આવું છું.'

બાવો તો ખેતરમાં જઈ 'અહાલેક' કરીને ઊભો રહ્યો અને હવામાં હાથ ફેરવી ચમત્કાર કરીને ભસ્મ કાઢી બતાવી ખેડૂતને આપી.

ખેડૂત કહે : 'બાપજી મહારાજ, તમારી ચપટી ભસ્મને હું શું કરું ? મારા ચુલામાં રોજ રાખના મોટા ઢગલા નીકળે છે. એના કરતાં એમ કરો, તમે ચમત્કાર કરી હવામાંથી શેરડી જાતે જ કાઢીને લઈ લો ને.

બાવાજી પણ વીલા મોંએ પાછા આવ્યા.

હવે વાણિયાનો વારો આવ્યો. વાણિયાને ખ્યાલ આવી ગયો કે અહીંયા એમ કંઈ સહેલાઈથી શેરડી મળે તેમ નથી. ખેડૂતને બરાબર ગળે ઉતરે તેવું કોઈ ગતકડું કરવું પડશે.

વાણિયાએ રોફભેર ખેતરમાં જઈ ખેડૂતને કહ્યું : 'કાં પટેલ, આ શેરડી એમને એમ રાખવી છે કે ગોળ બનાવી વેંચવો છે ?'

પટેલ કહે : 'આવો આવો શેઠ, શેરડી એમને એમ થોડી રાખવાની હોય. ગોળ લેવો હોય તો બોલો કેટલા ગોળનો ખપ છે ?'

વાણિયો કહે : 'આમ તો સો મણ જોઈએ છે પણ ભાવ પોષાય એવો હોય તો બીજા પચાસ મણ પણ લઉં ખરો.'

પટેલ કહે : 'એમ બોલોને. ચાલો કરીએ ભાવતાલ નક્કી.'

પટેલ અને શેઠે તો વાતચીત કરી ભાવતાલ ઠેરવ્યા અને ગોળ તોળવાનો દિવસ પણ નક્કી કર્યો. બધું કર્યા પછી વાણિયે રજા લીધી પણ થોડુંક ચાલીને પાછો ફર્યો અને કહે : 'અરે પટેલ, આ તમારી શેરડીના રૂપ-રંગ જોઈ મેં સોદો તો નક્કી કરી નાખ્યો પણ શેરડીનો સ્વાદ કે મીઠાશ તો જોયાં જ નથી. શેરડી બરાબર મીઠી નહિ હોય તો ગોળમાં સ્વાદ ક્યાંથી આવશે ?'

પટેલ કહે : 'એવું તે કંઈ હોય. મારી શેરડી તો આખા પંથકમાં વખણાય છે. આ થોડાંક સાંઠા લઈ જાવ અને ખાજો એટલે તમને ખાતરી થઈ જશે.'

પટેલે તો ખેતરમાં જઈને સારા મજાના વીશ સાંઠા પસંદ કરી, વાઢીને વાણિયાને આપ્યા. વાણિયો મનમાં મલકાતો સાંઠા લઈને બહાર આવ્યો.

પછી તો ભાગ પાડવાનું આવ્યું. શરત પ્રમાણે સૌના સરખેસરખા ભાગ પાડવાના હતા. પણ વાણિયો બરાબર પાકો હતો. મનમાં કહે: 'આ શેરડી મારી ચાલાકી ને હોંશિયારીથી મળી છે. તમે લોકોએ તો કંઈ કર્યું નથી તો ખરો ફાયદો તો મને જ થવો જોઈએ. હું થોડો મૂરખ છું કે હું માથાફોડ કરું ને ભાગીદારોને મફતમાં તાગડધીન્ના કરવા દઉં.'

વિચાર કરવાનો ડોળ કરી વાણિયો કહે : 'જૂઓ ભાઈ ! શાસ્ત્રમાં કહ્યું છે કે અગ્રે અગ્રે વિપ્રઃ માટે આપણે બ્રાહ્મણને આગળનો ભાગ આપવો જોઈએ.'

એમ કહી વીશે સાંઠાના ઉપલા ભાગ કાપી કાપીને બ્રાહ્મણને આપ્યા. બ્રાહ્મણે તો રાજી થઈને પોતાનો ભાગ લઈ લીધો. પછી કહે : 'નંદ સો કંદ. નંદ એટલે વાણિયાને તો વચલો ભાગ આપવાનું શાસ્ત્રમાં કહ્યું છે.' એમ કહી બધી શેરડીના વચલા કટકા પોતે લઈ લીધા.

પછી બાકી તો થડિયાના ભાગ રહ્યા એટલે કહે : 'દાઢી સો ભોથાં. શાસ્ત્રના વચન છે કે દાઢી એટલે બાવાજીને ભોથાં એટલે કે થડિયા દેવાં જોઈએ.' બાવાજીએ પણ રાજીના રેડ થઈ પોતાનો ભાગ લઈ લીધો.

આવી રીતે વાણિયાએ આમ તો સરખા ભાગ કરી પોતે બરાબર વહેંચણી કરી છે એવો દેખાવ કર્યો અને બ્રાહ્મણ તથા બાવાજીને રાજી પણ રાખ્યા પણ શેરડીનો સૌથી સારો અને વધુ રસવાળો ભાગ પોતે ગુપચાવી લીધો. પછી ત્રણે ભાગીદારો રાજીખુશીથી છૂટા પડી

સૌ સૌના રસ્તે ગયા.

28
કેડ, કંદોરો ને કાછડી

• ૨૮. કેડ, કંદોરો ને કાછડી

એક હતો વાણિયો.

એક નાના ગામમાં એની નાની સરખી હાટડી હતી. તેલ વેચવાનો ધંધો કરે. શેઠ પણ પોતે અને નોકર પણ પોતે. બધું કામ જાતે જ કરવાનું. એક વાર બાજુના ગામમાંથી કહેણ આવ્યું કે 'શેઠ, અમારે થોડું તેલ ખરીદવું છે તો અમને આવીને આપી જાઓ.' વાણિયાએ તો કેડ પર કંદોરો પહેર્યો, મેલા-ઘેલા ધોતિયાની કાછડી બાંધી, એક હાથમાં તેલભરેલી તાંબડી લીધી, તેમાં તેલનું માપ રાખવાની પળી ભરાવી, બીજા હાથમાં ડાંગ જેવી લાકડી લીધી અને બાજુના ગામ જવાનો રસ્તો પકડ્યો.

બાજુના ગામમાં તેલ વેચી, રોકડા રૂપિયા લઈ એ પાછો આવતો હતો ત્યારે તેને રસ્તામાં ચાર ચોર મળ્યા. વાણિયાને એકલો જોઈ ચોર લોકોને થયું કે આને લૂંટી લેવામાં વાંધો નહિ આવે. એક ચોરે પૂછ્યું : 'કેમ, શેઠ અત્યારે એકલા ક્યાં જાઓ છો ?'

વાણિયો તો ચાર ચોરને જોઈ સમજી ગયો હતો કે હું એકલો છું અને આ લોકો ચાર છે એટલે જો કંઈક યુક્તિ નહિ કરું તો આજે જરૂર લૂંટાઈ જવાનો. પણ એનામાં હિમ્મત જબરી હતી. સાવ બેફિકર થઈને તેણે ડીંગ હાંકી : 'હું એકલો ક્યાં છું. અમે તો બાર જણા સાથે નીકળ્યા છીએ.'

ચોરોને થયું કે ઓહો, આ લોકો બાર જણા હોય તો આપણી કારી નહિ ફાવે. તો ય એક ચોરે પૂછ્યું : 'અલ્યા, બાર જણ તે કોણ છે ?'

વાણિયો કહે :

કેડ, કંદોરો ને કાછડી, અમે ત્રણ જણા;
તેલ, પળી ને તાંબડી અમે છ જણા;
ડાંગ, ડોસો ને લાકડી, અમે નવ જણા;
શેઠ, વાણિયો ને હાટડી અમે બાર જણા.'

ચોરોને તો કંઈ સમજાયું જ નહિ કે વાણિયો શું કહે છે. તેઓએ તો માન્યું કે વાણિયાની સાથે ઘણાં બધાં જણા છે એટલે તેને લૂંટવા જતાં આપણે જ માર ખાવાનો વખત આવશે. બીને તેઓ ત્યાંથી ઝટપટ રવાના થઈ ગયા. અને યુક્તિબાજ વાણિયો હસતો હસતો ઘરભેગો થઈ ગયો.

29
ચકલા ચકલીની વાર્તા

• ૨૯. ચકલા ચકલીની વાર્તા

એક હતો ચકો અને એક હતી ચકી. ચકી લાવી ચોખાનો દાણો અને ચકો લાવ્યો મગનો દાણો. ચકલીએ તો એની ખીચડી રાંધી. ચૂલે ખીચડી મૂકી ચકીબાઈ પાણી ભરવા ગઈ. ચકલાને એ કહેતી ગઈ :

'જરા ખીચડીનું ધ્યાન રાખજો. દાઝી ન જાય.'

ચકલો કહે : 'ઠીક.'

ચકી ગઈ પછી ચકલાને ભૂખ લાગી. ખીચડી કાચીપાકી હતી તો ય ચકાભાઈ ખાઈ ગયા. ખાધા પછી ચકલી ખીજાશે એવો ડર લાગ્યો એટલે ચકાભાઈ આંખે પાટા બાંધીને સૂઈ ગયા.

ચકીબાઈ પાણી ભરીને આવ્યા અને જૂએ તો ચકાભાઈ આંખે પાટા બાંધીને સૂતા હતા. ચકીએ પૂછ્યું : 'કેમ ઠીક નથી ?'

ચકો કહે : 'મારી તો આંખો દુઃખે છે એટલે હું આંખે પાટા બાંધીને સૂતો છું.'

ચકી પાણીનું બેડું ઉતારી રસોડામાં ગઈ. તપેલું નીચે ઉતાર્યું અને જોયું તો તેમાં ખીચડી ન મળે !

ચકી કહે : 'ચકારાણા, ચકારાણા ! આ ખીચડી કોણ ખાઈ ગયું ?'

ચકો કહે : 'મને તો કંઈ ખબર નથી. રાજાનો કૂતરો આવ્યો હતો તે ખાઈ ગયો હશે.'

ચકલી તો ગઈ રાજાની પાસે ફરિયાદ કરવા ગઈ. જઈને કહે :

'રાજાજી, રાજાજી ! તમારો કાળિયો કૂતરો મારી ખીચડી ખાઈ ગયો.'

રાજા કહે : 'બોલાવો કાળિયા કૂતરાને. ચકલીની ખીચડી કેમ ખાઈ ગયો ?'

કૂતરો કહે : મેં ચકલીની ખીચડી ખાધી નથી. ચકાએ ખાધી હશે ને ખોટું બોલતો હશે.'

ચકો આવ્યો ને કહે : 'મેં ખીચડી નથી ખાધી. કૂતરાએ ખાધી હશે.'

રાજા કહે : 'એલા સિપાઈ ક્યાં છે ? આ ચકલાનું અને કૂતરાનું બેઉનું પેટ ચીરો, એટલે જેણે ખીચડી ખાધી હશે એના પેટમાંથી નીકળશે.'

કૂતરો કહે : 'ભલે, ચીરો મારું પેટ; ખાધી હશે તો નીકળશે ને ?'

પણ ચકલો બી ગયો. ખીચડી તો એણે જ ખાધી હતી. એ તો ધ્રૂજવા લાગ્યો અને બોલ્યો : 'ભાઈસા'બ ! ખીચડી મેં ખાધી છે. હું ખોટું બોલ્યો હતો. મારો ગુનો માફ કરો.'

રાજા તો ખિજાયો એટલે એણે ચકલાને કૂવામાં નંખાવ્યો.

ચકલી તો કૂવા ઉપર બેઠી બેઠી રોવા માંડી. ત્યાં ગાયોનો ગોવાળ નીકળ્યો. ચકી કહે :

ભાઈ ગાયોના ગોવાળ
ભાઈ ગાયોના ગોવાળ
મારા ચકારાણાને કાઢો તો
તમને ખીર ને પોળી ખવડાવું

ગાયોનો ગોવાળ કહે : 'બાપુ હું કાંઈ નવરો નથી કે તારા ચકલાને કાઢું. મારે ઘણું કામ છે. હું તો મારે આ ચાલ્યો..'

એમ કહીને ગાયોનો ગોવાળ તો ચાલ્યો ગયો. ચકલી ત્યાં રાહ જોઈને બેઠી. થોડી વારે ત્યાંથી ભેંશોનો ગોવાળ નીકળ્યો. ચકી કહે :

ભાઈ ભેંશોના ગોવાળ
ભાઈ ભેંશોના ગોવાળ
મારા ચકારાણાને કાઢો તો
તમને ખીર ને પોળી ખવડાવું

ભેંશોના ગોવાળે તો ચકીને કોઈ દાદ આપી નહિ. પછી ત્યાંથી એક સાંઢીયાની ગોવાળણ નીકળી. એને ચકલીની દયા આવી એટલે એણે ચકલાને કૂવામાંથી બહાર કાઢ્યો.

કૂવામાંથી બહાર નીકળ્યા પછી ચકલાને પોતે ખોટું બોલ્યાનો ઘણો પસ્તાવો થયો. ચકા ચકી બન્નેએ સાથે મળી સરસ મજાની ખીર ને પોળી બનાવી સાંઢીયાની ગોવાળણને પેટ ભરીને ખવડાવ્યું અને પોતે પણ ખાધું, પીધું ને મજા કરી.

30
શિયાળનો ન્યાય

- ૩૦. શિયાળનો ન્યાય

એક પંડિતજી હતા. તે ભારે દયાળુ હતા. એક દિવસ તે બહારગામ જવા નીકળ્યા. ચાલતાં ચાલતાં જંગલ આવ્યું. જંગલમાં એમણે પાંજરામાં પુરાયેલો સિંહ જોયો.

સિંહે પંડિતજીને જોઈને વિનંતી કરી, 'હે પંડિતજી! તમે તો દયાળુ છો. મને પીંજરામાંથી બહાર કાઢો. તમને હું સોનામહોરથી ભરેલી થેલી આપીશ!'

પંડિતજીને થયું, સોનામહોરથી ભરેલી થેલી! વાહ! મારું નસીબ ઊઘડી ગયું. પંડિતજીએ લાંબો વિચાર કર્યા વિના સિંહને પાંજરામાંથી બહાર કાઢ્યો. બહાર નીકળ્યો એટલે સિંહ કહે, 'મને ભૂખ લાગી છે. હવે હું તમને ખાઈ જઈશ.'

પંડિતજી બહુ કગરર્યા પણ સિંહ કહે, 'ના હું તો તમને ખાઈશ.' એટલામાં ત્યાં એક શિયાળ આવ્યું. પંડિતજીએ બધી વાત તેને કરી, પોતાનો ન્યાય કરવા કહ્યું.

શિયાળ કહે, 'ન્યાય કરવો ખૂબ અઘરો છે. તમે મને સમજાવો કે સિંહ પહેલાં ક્યાં હતો ને પંડિતજી તમે ક્યાં હતાં?', આવું સાંભળી સિંહ કૂદકો મારી પાંજરામાં જઈ ઊભો રહ્યો ને બોલ્યો, 'હું પહેલા અહીં ઊભો હતો.'

પંડિતજીએ સિંહને પાંજરાંમાંથી કઈ રીતે બહાર કાઢ્યો તે સમજાવ્યું. શિયાળે પાંજરા પાસે જઈ તેનો દરવાજો બંધ કરી દીધો ને બોલ્યું, 'સિંહરાજ તમે પાંજરામાં હતા ત્યારે આમ જ દરવાજો બંધ હતો ને?'

સિંહે કહ્યું, 'હા.'

શિયાળ બોલ્યું, 'પંડિતજી તમે હવે આગળ ચાલવા માંડો. સિંહ ઉપર તમે ઉપકાર કર્યો છતાં તે તમને મારી નાખવા તૈયાર થયો તેથી સિંહરાજ પાંજરામાં જ સારા' એમ કહીને તે પણ જંગલમાં જતું રહ્યું.

વગર વિચારે જાતે ઊભી કરેલી આફતમાંથી પંડિતજી ઉગરી ગયા.

31
બોલતી ગુફા

• ૩૧. બોલતી ગુફા

એક જંગલ હતું. એ જંગલમાં એક શિયાળ ગુફા બનાવીને રહેતું હતું. શિયાળ દિવસે શિકાર કરવા જંગલમાં રખડે ને સાંજે ગુફામાં આવીને સૂઈ રહે. એક દિવસ શિયાળ ગુફાની બહાર ગયું હતું ત્યારે એક અજાણ્યો સિંહ ફરતો ફરતો શિયાળની ગુફા પાસે આવ્યો. તે ભારે આળસુ હતો. તેણે વિચાર કર્યો. 'અત્યારે હું ગુફામાં બેસી જાઉં. જેની ગુફા હશે તે આવશે એટલે તેને ખાઈ જઈશ.' સિંહ ગુફામાં જઈ બેસી ગયો.

સાંજે શિયાળ આવ્યું. એણે માટીમાં ગુફા તરફ જતાં સિંહના પગલાંની છાપ જોઈ. તેણે વિચાર્યું કે સિંહના પગલા ગુફામાં જતાં દેખાય છે પણ બહાર નીકળતાં પગલાં દેખાતાં નથી. માટે સિંહ ગુફામાં જ છે. શિયાળ ચેતી ગયું. તેણે નક્કી કર્યું, 'અત્યારે ગુફામાં જવાય નહિ.'

આથી શિયાળ ગુફાથી થોડે દૂર જઈને બેઠું. થોડીવાર સુધી કોઈને બહાર નીકળતા જોયું નહિ, એટલે તેણે એક યુક્તિ કરી. ગુફાને કહેતું હોય તેમ શિયાળ બોલ્યું, 'ગુફા રે ગુફા! આજે કેમ બોલી નહિ? રોજ તો હું આવું ત્યારે તું બોલે છે કે આવો! આવો! આજે તને શું થયું છે? તું નહિ બોલે તો હું પાછું ચાલ્યું જઈશ.'

સિંહ વિચારમાં પડ્યો, 'ગુફા રોજ શિયાળને આવકાર આપતી હશે પરંતુ આજે મારી બીકને લીધે ગુફા બોલતી નથી. તો લાવ ગુફાને બદલે હું જ બોલું. નહિ બોલું તો હાથમાં આવેલો શિકાર જતો રહેશે' એટલે સિંહ બોલ્યો, 'આવો! આવો!'

સિંહનો અવાજ સાંભળી શિયાળને ખાતરી થઈ ગઈ કે તેનું અનુમાન સાચું છે. તેથી તે ત્યાંથી ઊભી પૂછડિયે ભાગ્યું.

થોડીવાર થઈ. શિયાળ ગુફામાં આવ્યું નહિ. એટલે સિંહ ગુફામાંથી બહાર આવ્યો. જોયું તો શિયાળ દેખાયું નહિ. આમ સિંહ ભૂખ્યો રહ્યો. સિંહને ખોરાકની શોધમાં આખરે ગુફા છોડવી પડી. શિયાળની યુક્તિ સફળ થઈ. શિયાળ બચી ગયું.

શિયાળ બોલ્યું, 'જે ચેતીને ચાલે એને પસ્તાવાનો વારો કદી ન આવે.'

32
ચતુર કાગડો

• ૩૨. ચતુર કાગડો

એક કાગડો હતો. ઉનાળાના દિવસોમાં ઊડતો ઊડતો તે ઘણે દૂર નીકળી ગયો. એવામાં તેને બહુ જ તરસ લાગી. તરસથી તેનો કંઠ શોષાવા લાગ્યો. આજુબાજુ કોઈ નદી કે તળાવ ન હતા. પાણીની શોધમાં તે આમતેમ ભટકવા માંડ્યો. ઘણી શોધ કરવા છતાં તેને પાણી મળ્યું નહિ. અચાનક તેની નજર એક કોઠી પર પડી. તેના આનંદનો પાર ન રહ્યો. ઝડપથી તે કોઠી પાસે પહોંચી ગયો. તેને થયું મહેનતનું ફળ મળ્યું ખરું!

જુએ તો કોઠીમાં પાણી તો હતું પણ ઠીક ઠીક નીચે હતું. તરસ્યા કાગડાએ પાણી પીવા ડોક લંબાવી પણ તેની ચાંચ પાણી સુધી પહોંચી નહિ.પાણી પીવા તેણે ઘણી મહેનત કરી. ખૂબ ઊંચો નીચો થયો,પરંતુ બધી જ મહેનત નકામી ગઈ. પણ તે હિંમત ન હાર્યો. ખંતથી કામ લેવાનું તેણે નક્કી કર્યું. કોઈપણ યુક્તિ કરીને તરસ છીપાવવી એમ તેણે વિચાર્યું.

તે ચતુર હતો. તેણે આજુબાજુ નજર કરી. બાજુમાં કાંકરાનો ઢગલો પડેલો હતો તે જોઈને તે મનમાં હરખાયો. તેને યુક્તિ સૂઝી ગઈ. જો કે એમાં ઘણી જ ધીરજ અને મહેનતની જરૂર હતી. તરસે મરવા કરતાં મહેનત કરવી સારી એમ વિચારી તેણે ઢગલામાંથી ચાંચથી કાંકરો ઉપાડ્યો. કાંકરાને કોઠીમાં નાખ્યો. તેણે વારાફરતી ઊડી ઊડીને કાંકરા કોઠીમાં નાખવા માંડ્યા.

કોઠીમાં કાંકરા જેમ જેમ પડતા ગયા. તેમ તેમ કોઠીનું પાણી ઊંચે આવતું ગયું. પાણી છેક કાંઠા સુધી ઉપર આવ્યું ત્યાં સુધી કાંકરા નાંખ્યા. કાગડાએ ચાંચ બોળી ધરાઈને પાણી પીધું. પેટ ભરીને પાણી પી ખુશ થતો પોતાના મુકામ તરફ ઊડી ગયો. જ્યાં ચતુરાઈ અને મહેનત બન્ને સાથે હોય ત્યાં ગમે તેટલું અઘરું કામ પણ અઘરું રહેતું નથી.

33
શેરડીનો સ્વાદ

• ૩૩. શેરડીનો સ્વાદ

હાથીને શેરડી બહુ ભાવે. એક દિવસ હાથી શેરડીના ખેતરે પહોંચી ગયો. ખેતરનો માલિક ઘસઘસાટ ઊંઘી ગયો હતો. હાથીએ પેટ ભરીને શેરડી ખાધી. હાથીએ હાથણી માટે શેરડીનો ભારો પોતાની પીઠ પર લીધો.

દૂરથી શિયાળે હાથીને આવતો જોયો. તેની પાસેનો શેરડીનો ભારો જોઈ શિયાળને પણ શેરડી ખાવાનું મન થયું. થોડીવારમાં હાથી શિયાળ પાસે આવી ગયો. શિયાળે દયામણો અવાજ કાઢી કહ્યું, 'અરે ઓ હાથીભાઈ, તમે ખૂબ દયાળુ છો. મને થોડી મદદ કરશો?'

હાથી કહે, 'બોલ, તારે મારી શી મદદ જોઈએ છે?'

શિયાળ કહે, 'હું ખૂબ બીમાર છું. મને તમારી પીઠ પર બેસાડી આગળના રસ્તે ઉતારી દેજો.'

હાથી કહે, 'એમાં શી મોટી વાત છે. એક કરતાં બે ભલા.' કહી શિયાળને પોતાની પીઠ પર બેસાડી દીધો. શિયાળ હાથી ઉપર બેસી શેરડી ખાવા લાગ્યું. શેરડીના સાંઠા ખાલી થતા ગયા તેમ શિયાળે રસ્તામાં આવતા ઝાડની ડાળીઓ કાપતો ગયો. ને તેને શેરડીના સાંઠાની જગ્યાએ મૂકતો ગયો. શિયાળે ધરાઈને શેરડી ખાધીને કેટલીય શેરડી બગાડી.

શિયાળને તેના રહેઠાણ પાસે ઉતારી હાથી પોતાના ઘેર ગયો. ને હાથણીને કહે, 'લે તારા માટે શેરડીના સાંઠા લાવ્યો છું.' કહી પોતાની પીઠ પરથી ભારો નીચે નાખ્યો. હાથણી કહે, 'આ શેરડી નહિ પણ બળતણ માટેનાં સાંઠીકડાં છે.' હાથી કહે, 'હું તો શેરડી લાવ્યો છું. પણ હા, આ પેલા લુચ્ચા શિયાળનું કામ છે. તે મને છેતરી ગયો છે.'

શિયાળને પાઠ ભણાવવા હાથીએ મધમાખીની રાણી પાસે જઈ બધી વાત કરી. મધમાખીની રાણીએ મધપૂડાઓની બધી માખીઓ એક મોટી થેલીમાં ભરી. હાથીને આપતાં રાણી બોલી, 'આ થેલી તમારી પીઠ પર મૂકજો, એટલે લાલચુ શિયાળ થેલી જોઈને લલચાશે.'

હાથીએ મધમાખીથી ભરેલી થેલી પીઠ પર મૂકી. તે શિયાળના રહેઠાણ પાસે પહોંચ્યો. શિયાળ હાથીને અને તેની પીઠ પરની થેલી જોઈને ખુશ થઈ ગયો. પહેલાની માફક જ તે ફરી હાથીની પીઠ પર જઈ બેઠો. તેને થયું થેલીમાં ગોળ હશે. શિયાળે થેલીના મોંની દોરી ખોલી ખાવા માટે હાથ નાખ્યો. ઘણા લાંબા સમયથી અંદર પુરાયેલ મધમખીઓ ફુવારાની જેમ થેલીમાંથી ઊડીને ડંખ દેવા લાગી. શિયાળે પીડાથી બૂમો પાડી, 'હાથીભાઈ મને જલદી નીચે ઉતારો, મારી ભૂલ થઈ ગઈ. હવે ક્યારેય પણ ચોરી નહિ કરું.' હાથી નીચે બેઠો એટલે શિયાળ પીઠ પરથી ઊતરી ગયો.

હાથી કહે, 'ચાલ્યો જા અહીંથી. ક્યારેય પાછો આવીશ નહિ.'

હાથીએ મધમાખીઓનો આભાર માન્યો ને તે પોતાને ઘેર ગયો.

34
સૌથી મોટું ઈનામ

* ૩૪. સૌથી મોટું ઈનામ

એક વરુ હતું. એક દિવસ તે શિકાર કરીને ખાતું હતું ત્યારે ઉતાવળમાં તેના ગળામાં નાનું હાડકું ફસાઈ ગયું. એણે હાડકાને બહાર કાઢવા ઘણી મહેનત કરી પણ હાડકું બહાર નીકળ્યું નહિ.

તેને થયું કે જો આ હાડકું નહિ નીકળે તો હું ભૂખ અને તરસથી મરી જઈશ! તે જંગલનાં બધાં પ્રાણીને કહેવા લાગ્યું, 'મારા ગળામાંથી હાડકું કાઢી આપો ને?'પણ બધાં પ્રાણીઓએ એને કહ્યું કે અમે નહિ કાઢી આપીએ. વરુને ગળામાં ખૂબ જ દુઃખવા લાગ્યું. તે બરાડા પાડતું નદી કિનારે આવી પહોંચ્યું. ત્યાં એક બગલો ઊભો હતો.

વરુએ બગલાને કહ્યું,'બગલાભાઈ, મારા ગળામાં ફસાયેલ હાડકું કાઢી આપો, હું તમને મોટું ઈનામ આપીશ.' વરુ પોતાનું મોં ખલ્લું રાખીને બેઠો હતો. બગલાભાઈએ ઈનામની લાલચે વરુના મોંમા તેની ચાંચ નાખી ખૂબ મહેનત કરીને વરુના ગળામાંથી હાડકું બહાર કાઢ્યું. વરુને રાહત થઈ.

બગલો કહે, 'વરુભાઈ, મને મારું ઈનામ આપી દો.'

વરુ ઘૂરક્યો, 'અલ્યા બગલા! તું ઈનામથી વાત ભૂલી જા. મારા મોંમાંથી કોઈ બચ્યું છે ખરું ? તારી ડોક મારા મોમાં હતી તોય હું તને મારીને ખાઈ ન ગયો એટલે તારે મારો આભાર માનવો જોઈએ. તું બચી ગયો છે, આથી વધુ સારું ઈનામ હું તને બીજું શું આપું, બોલ?'

બગલો શું બોલે? મોં વકાસીને બેસી રહ્યો. વરુ ત્યાંથી જતું રહ્યું

35
લાલચુ કૂતરો

• ૩૫. લાલચુ કૂતરો

એક કૂતરો હતો. તે ભારે લાલચુ અને ઝઘડાખોર હતો. ઘણી વખત પોતાનાથી નબળા કૂતરા પાસેથી ખાવાનું પડાવી લેતો. એક દિવસ તેણે એક રોટલો મળ્યો ને તે રાજી રાજી થઈ ગયો. તેણે રોટલો મોંમાં લીધો. તેને થયું, 'થોડે દૂર જઈને નિરાંતે રોટલો ખાઈશ.' તે ભાગ્યો અને દોડતો દોડતો ગામના છેવાડે પહોંચી ગયો. ત્યાં નદી વહેતી હતી.

વધુ સલામત જગાએ પહોંચવા તે નદી ઓળંગીને સામેના કિનારે જવા તૈયાર થયો. કૂતરાની નજર નદીના પાણીમાં ગઈ. તેણે પાણીમાં પોતાનું પ્રતિબિંબ જોયું. પ્રતિબિંબ જોઈને તેને લાગ્યું કે નીચે બીજો કૂતરો ઊભો છે અને તેના મોંમાં પણ રોટલો છે.

બીજા કૂતરાના મોમાં રોટલાને જોઈને તેને લાલચ થઈ આવી કે 'લાવ આ કૂતરાનો પણ રોટલો પડાવી લઉં તો મને બે રોટલા ખાવા મળે.' એવું વિચારી બીજા કૂતરાને બીવડાવવા માટે ભસવા તેનું મોં ખોલ્યું કે તેના મોંમાંથી રોટલો નદીના ઊંડા પાણીમાં પડી ગયો.

કૂતરાને ભાન થયું, 'આ તો મેં ખોટું કર્યું. બીજાનો રોટલો ઝૂંટવવા જતાં મેં મારો રોટલો પણ ગુમાવ્યો.' સાચી વાત છે કે લાલચનું પરિણામ ખરાબ જ આવે.